D1772178

தோப்பில் முகம்மது மீரான் (1944 - 2019)

குமரி மாவட்டம் தேங்காய்ப்பட்டணத்தில் பிறந்தவர். தந்தை முகம்மது அப்துல் காதர். தாயார் முஹம்மது பாத்திமா.

தமிழில் ஆறு நாவல்களும் ஏழு சிறுகதைத் தொகுப்புகளும், மலையாளத்தில் இரண்டு நாவல்களும் எழுதியுள்ளார். சாகித்திய அகாதெமி விருது உட்பட பல்வேறு விருதுகளைப் பெற்றிருக்கிறார்.

10-5-2019 அன்று காலமானார்.

மனைவி: ஜலீலா

மகன்கள்: ஷமிம் அகமது, மிர்ஸாத் அகமது.

தேங்காய்ப்பட்டணமும்
மாப்பிள்ளைப் பாட்டுகளின் வேர்களும்

தோப்பில் முகம்மது மீரான்

பதிப்பாசிரியர்: முனைவர் இர.பிரபா

எதிர்
வெளியீடு

தேங்காய்ப்பட்டணமும் மாப்பிள்ளைப் பாட்டுகளின் வேர்களும்
தோப்பில் முகம்மது மீரான்
பதிப்பாசிரியர்: முனைவர் இர. பிரபா

முதல் பதிப்பு: ஜூலை 2019
எதிர் வெளியீடு,
96, நியூ ஸ்கீம் ரோடு, பொள்ளாச்சி - 642 002.
தொலைபேசி: 04259 - 226012, 99425 11302.

விலை: ரூ. 130

எதிர் வெளியீடு எண்: 244

Thenkaipattanamum Mappillai Paattukalin Verkalum
Thoppil Mohamed Meeran
Edited by: Dr. R. Prabha

Copyright © Dr. R. Prabha
First Edition: July 2019

Published by
Ethir Veliyeedu, 96, New Scheme Road. Pollachi - 2.
email: ethirveliyedu@gmail.com
www.ethirveliyedu.in

Price: ₹ 130

Wrapper Design: Santhosh Narayanan

ISBN :978-93-87333-62-8
Printed at Jothy Enterprises, Chennai.

All rights reserved. No part of this book may be reprinted or reproduced or utilised in any form or by any electronic, mechanical or other means, now known or hereafter invented, including photocopying and recording, or in any information storage or retrieval system, without permission in writing from the Publisher.

உள்ளே...

அன்பின் பெருங்கடலாய்த் தோப்பில் முகம்மது மீரான் | 7
(முனைவர் இர.பிரபா)

தோப்பில் முகம்மது மீரான் –
அவர் எழுத்தைவிட அவர் அழகானவர் (முனைவர் க. பஞ்சாங்கம்) | 13

தேங்காய்ப்பட்டணம் | 19

மாப்பிள்ளைப் பாட்டுகளின் வேர்கள் | 49

கடலோர கிராமத்தின் கதாநாயகன் (தோப்பிலுடன் நேர்காணல்) | 57

தோப்பில் முகம்மது மீரானுடன் நேர்காணல் | 85

தோப்பில் முகம்மது மீரானின் மனைவி 'ஜலீலா'வுடன் நேர்காணல் | 98

மூத்த மகன் 'ஷமீம் அகமது'வுடன் நேர்காணல் | 103

மருமகள் 'ஷமீமா ஃபாத்திமா'வுடன் நேர்காணல் | 112

தோப்பில் குறித்து இளையமகன் 'மிர்ஸாத் அகமது'வின் நினைவுப்பகிர்வு | 116

அன்பின் பெருங்கடலாய்த் தோப்பில் முகம்மது மீரான்

ஒவ்வொருவருடைய வாழ்க்கையிலும் முக்கியமான திருப்புமுனையாக ஏதாவதொரு நிகழ்வு நடந்திருக்கும். என் வாழ்க்கையிலும் அப்படித்தான். வைக்கம் முகம்மது பஷீர், தோப்பில் முகம்மது மீரானின் நாவல்கள் என் வாழ்க்கையையே திருப்பிப் போட்டன. இவ்விரு ஆளுமைகளின் படைப்புகளை வாசிக்க வாசிக்க வாழ்க்கையின் ஆத்மார்த்தமான உணர்வுகளை அதன் அழகியலோடு உணர்ந்தறிந்து சிலாகித்தேன். என்னுடைய முனைவர்பட்ட ஆய்வுக்காக பல்வேறு விதமான தேடல்களுக்குட்பட்டேன்; தேடினேன். காரணம் வாழ்க்கையில் ஏதாவதொன்றைச் சாதித்திட வேண்டும் என்ற எண்ணம் ஆய்வுத் தேடலுக்குள் இழுத்துச் சென்றது. அந்தத் தேடல் ‘தோப்பில் முகம்மது மீரான்’ எனும் மாபெரும் ஆளுமையைக் கண்டடையச் செய்தது. அவரை நான் கண்ட முதல் சந்திப்பு மறக்க முடியாத நிகழ்வாக என்னுள் பதிவானது.

“ஆய்வாளர்கள் என்றாலே எனக்குப் பெரிதும் மதிப்பு கிடையாது” என்ற அவருடைய வரிகளினூடே தொடங்கியது என்னுடைய முதல் நேர்காணல். அவரிடம் பல்வேறு விதமான கேள்விகளைத் தொடுத்துக் கொண்டே இருந்தேன். இடையிடையே தூரத்தில் அழுது கொண்டிருக்கும் என் கைக்குழந்தையின் குரல் என்னைக் கடந்து அவர் காதுகளையும் எட்டியது. நான் கேட்கும் கேள்விகளுக்குப் பதிலளிக்க மனதில்லாது அழும் குழந்தையின் மீதுதான் அவரின் பார்வை படர்ந்தது. “சரிம்மா எனக்குக் கொஞ்ச நேரம் ஓய்வெடுக்கனும், நீயும் ஏதாவது சாப்பிடு. ஜலீலா, ஜலீலா. இங்க வா... இந்தப் பொண்ணுக்குச் சாப்பிட ஏதாச்சும் கொடு” என்றவாறு அறைக்குள் சென்றார். சற்றுநேரத்தில் என் குழந்தையின் அழுகைச் சத்தம் ஓய்ந்ததும் மீண்டும் என் முன் வந்தமர்ந்தார். “என்னம்மா, குழந்தை உறங்கிட்டா?” என்றார். “ஆம்” என்ற

பிறகுதான் அவர் உள்ளத்தில் ஏற்பட்ட மனநிறைவை அவர் முகம் உணர்த்தியதை உணர்ந்தேன். அக்கணமே அவர் மீது தனிப்பட்ட பாசம் என்னுள் பரவியது. ஒரு தந்தையின் ஒட்டுமொத்த அன்பையும் ஒரு சில கணங்களில் உணர்ந்தறிந்தேன்.

அன்பானவர், இரக்கக் குணம் மிக்கவர், எடுத்தெறிந்து பேசத் தெரியாதவர், எப்பொழுதும் முக மலர்ச்சியோடே காணப்படுபவரெனப் பல குணாதிசயங்கள் நிரம்பப்பெற்ற மனிதரை நான் சந்தித்தது என் வாழ்நாளின் பாக்கியமாகவே கருதுகிறேன். நான் தொடுக்கும் ஒவ்வொரு கேள்வியினையும் ஆழமாகக் கேட்டறிந்து, உணர்வுபூர்வமான விடைகளை அளித்தது, அவரின் மாண்பினை உணர்த்தியது. முதல் நேர்காணலின் பொழுதே கிட்டத்தட்ட நூறு கேள்விகளைத் தொடுத்திருப்பேன். அத்தனைக்கும் மிகப் பொறுமையாகவே பதிலளித்தார். நானும் எனது கணவரும், குழந்தையும் அவரிடமிருந்து விடை பெற்றோம். வீடு திரும்பிய பிறகுகூட அவரின் அன்பான உபசரணை என்னை அதிகமாகச் சிந்திக்க வைத்தது. எழுபத்தியொரு வயதில் இருக்கும் வயதான முதியவர்களின் குணாதிசயங்கள் நிரம்பப் பெற்றிருந்தாலும் அவற்றை அவர் கம்பீரமாகவே வெளிப்படுத்திய விதம்தான் என்னைப் பெரிதும் கவர்ந்தது.

மனதில் ஏதோ மீண்டும் ஒரு முறை அவர்களைப் பார்த்தால் என்னவென்று மனம் அங்கலாய்த்தது. மீண்டும் ஒரு வருடத்திற்குப் பிறகு அவரைக் காணச் சென்றிருந்தோம். அவரின் அதே வரவேற்பிற்கும் உபசரணைக்கும் பஞ்சமேயில்லை. “ஜலீலா, பிரபாவிற்குக் கறி வாங்கி வரச் சொல்” என்றார். தளர்ந்த நடையிலும் கணவனின் பேச்சிற்கு மறு வார்த்தை அளிக்காமல் தளர் நடையோடு சமைத்து முடித்தார். உணவு பரிமாறப்பட்டது. இருவரும் மிக அன்பாக உடனிருந்து உபசரித்து மகிழ்ந்தனர். பிறகு நீண்ட நேரம் பேசிக் கொண்டிருந்தோம். அவருடைய வீட்டின் பின்புறம் இருக்கும் அறையில் புத்தகங்களைக் காண அழைத்தார்.

ஓர் இரும்பு பீரோ முழுவதும் புத்தகங்கள் நிரம்பிக் கிடந்தன. ஒவ்வொரு புத்தகத்தின் பெயரைச் சொல்லியும் தேடி எடுக்கக் கூறினார். நானும் அவ்வாறே செய்து கொண்டிருந்தேன். இடையிடையே அந்தப் புத்தகங்களைப் பற்றி சிலாகித்துப் பேசிக்கொண்டிருந்தார். எடுத்த நூல்கள் சிலவற்றில் அவர் கையொப்பம் போட்டவாறே, “இதுவரை நான் யாருக்கும் புத்தகங்களைப் பெரும்பான்மையாகப் பரிசளித்தது இல்லை. உனக்கு ஏதோ அளித்திடத் தோன்றுகின்றது” என்றவாறு நூல்களை

என்னிடத்தில் கொடுத்தார். மறக்க முடியாத தருணம் அது. அரசால் வழங்கப்படும் உயரிய விருதினைப் பெற்றது போன்ற உணர்வினைப் பெற்றேன்.

அன்றிலிருந்து நேரம் கிடைக்கும்பொழுதெல்லாம் தொலைபேசியில் அழைத்து மகிழ்வேன். அவருடைய அன்பான அந்தப் பேச்சிற்கு மயங்கிப் போகாதவர்களே இருக்க முடியாது. நான் மட்டும் விதிவிலக்கா என்ன?

மீண்டுமொரு முறை சந்திக்கச் சென்றிருந்தேன். "வாம்மா... எப்படிம்மா இருக்க. ஏன் அடிக்கடி வரமாட்ற" என்றார். அன்று கிளம்பும் பொழுது அவரைப் பற்றிய நீண்டதொரு நேர்காணல் மலையாள சந்திரிகா இதழில் வெளிவந்திருந்தது. அதிலொன்றை எனக்களித்தார்.

என்னை நம்பிக் கொடுத்தப் பொறுப்பினை நான் சரிவரச் செய்து முடிக்கப் போகின்றேனா தெரியவில்லை. என்னால் இயன்ற முயற்சிகளைச் செய்துகொண்டுதான் இருக்கின்றேன் என்றே கருதுகிறேன்.

சில நாட்களில் அவர் எனக்களித்த 'சந்திரிகா' இதழிலுள்ள நேர்காணலை மொழிபெயர்த்தேன். கிட்டத்தட்ட ஒன்பது மாதகாலமாகிவிட்டது. இந்நேர்காணல் சிறப்பானது. மீரான் பற்றிய விவரங்கள் நிரம்பப் பெற்றிருந்ததால் மொழிபெயர்த்து, அவருக்கு அனுப்பி வைத்தேன். கருத்துப் பிழைகளைத் திருத்தம் செய்து அனுப்பி இருந்தார். மிகவும் மகிழ்ந்தும் போனார். "நல்லா மொழிப்பெயர்ப்பு செய்திருக்கும்... நீ திறமைசாலிதான்" என்றார். அவர் கைப்பட ஒப்புதல் கடிதமும் உடன் எழுதி அனுப்பி இருந்தார். மகிழ்ந்து போனேன்.

அம்மொழிபெயர்ப்பு 'திசை எட்டும்' இதழில் வர சற்றே கால தாமதமானது. அதனைக் கேட்டுக் கொண்டே இருந்தார். நானும் 'இதோ வந்திடும் சார், அடுத்த மாதம் வந்திடும் சார்' என்று கூறிக் கொண்டே இருந்தேன். இறப்பதற்கு ஒரு மாதத்திற்கு (22.04.2019) முன்பாக ஒரு தொலைபேசி அழைப்பொன்று என் கணவருக்கு வந்தது.

அது வேறு யாருமில்லை 'தோப்பில் முகம்மது மீரான்' ஐயா அவர்கள் தான். "என்னப்பா, பிரபா எங்கே?" என்று கேட்டிருக்கிறார். 'கல்லூரியிலிருந்து திரும்பி வந்தவுடன் அழைக்கச் சொல்கிறேன் சார்' என்றவரிடம் 'சரிப்பா நான் இன்னும் ஆறு

மாதம்தான் உயிரோடு இருப்பேன். அதற்குள்ளாகப் பிரபாவைக் கட்டுரைகள் எல்லாம் போட்டுட சொல்லுப்பா' என்றாராம்.

இந்தச் செய்தியைக் கேட்ட கணத்தில் என் மனதில் ஒருவிதப் பதட்டம் ஏற்பட்டது. “ஏன் அப்பா அப்படிக் கூற வேண்டும்?” என்ற தவிப்போடு தொலைபேசியில் அழைத்தேன். அவர் எடுக்கவில்லை. அவரது மருமகள்தான் எடுத்தார். ‘அப்பாவிற்கு உடல் நிலை சரியில்லை தூங்குகிறார். நான் எழுந்தவுடன் உங்கள் அழைப்பினைத் தெரியப்படுத்துகிறேன்' என்றார். இரண்டு நாட்களுக்குப் பிறகு ‘தோப்பில்' அப்பாவிடமிருந்து அழைப்பு வந்ததைக் கண்டு மனமகிழ்ந்தேன். மிகச் சாதாரணமாகவே பேசினார். கணவரிடம் தெரியப்படுத்திய விடயங்கள் எதையும் என்னிடம் கூறவில்லை. “ம்... கட்டுரைகள் எல்லாம் போட்டுடு” என்றவர், “உனக்கு இப்போ நான் கால் மாத்தி போட்டுட்டேன் நீதிபதி பிரபாவுக்குப் போட வேண்டியது. உனக்குப் போட்டுட்டேன்” என்றார். அந்த நீதிபதி பிரபா அவர்களும் மீரான் ஐயாவின் நூல்களை ஆங்கிலத்தில் மொழிப்பெயர்ப்பு செய்து கொண்டிருக்கிறார். அதைக் கேட்கவே அழைத்தேன் என்றார். சரிங்கப்பா என்றேன். மனதில் ஏதோ சஞ்சலம் உறங்கவிடாமல் அலைக்கழித்தது. தொடர்ந்து தொலைபேசியில் அழைத்து அவரிடம் பேச முயன்றேன். அழைத்த ஒவ்வொரு முறையும் (மூத்த மருமகள்) அவருக்கு உடல்நிலை மிக மோசமாக இருக்கிறது. சுய நினைவு எப்போதாவதுதான் வருது போகிறது என்றார். நான் அவரை வந்து பார்க்க வேண்டுமென்று ஓயாமல் அடம்பிடித்தபோதுதான் சொன்னார்கள் அவர் கேன்சர் நோயால் பாதிக்கப்பட்டுள்ளதை. அதிர்ந்தே போனேன்.

ஒரு வாரத்திற்குள் எப்படியாவது சென்று பார்த்துவிட வேண்டுமென்றே கருதினேன். அவருடைய ஆசையில் ஒன்று அவரைக் குறித்த ஆவணப்படம் எடுப்பது எனது கனவாகவே இருந்தது. அதை நான் அவரிடம் வெளிப்படுத்தியபோது மிகவும் மகிழ்ந்தார். அதனைப் பெரிதும் நம்பினார். என்மீது அதிக நம்பிக்கையும் கொண்டிருந்தார். நாளை மறுநாள் அவரைச் சந்திக்க ஏற்பாடுகள் செய்து கொண்டிருந்தேன். அதற்குள் அழைப்பு மணியொன்று இடியாய் என்னுள் விழுந்தது. வாப்பா காலமாகிவிட்டார் என. கண்கள் கலங்கிப் பதறினேன். பெரிய தவறினைச் செய்துவிட்டேன். சாகித்ய அகாதெமி விருதாளர் இந்த ஏதுமற்ற சாதாரணப் பெண்ணிடம் வைத்த நம்பிக்கையைக் குலைத்து விட்டேனே. நானும் அவருக்கு ஏதோ தவறு செய்து விட்டேனே என்ற குற்ற உணர்ச்சியில் அழுது

புரண்டு தவிக்கின்றேன். அவரது ஆசைகள் எல்லாம் இறக்கும் தருவாயிலும் ஏதாவது எழுத வேண்டுமென்பதுதான். அப்படி இந்தச் சமுதாயத்திற்காகவே எதையாவது எழுதித் தரவேண்டும் என்று கருதிய மாபெரும் ஆளுமைக்குக் கிடைக்கவேண்டிய மரியாதைகள் பல. அவரது இறுதி நாட்களில் அவரைப் பற்றியோ அவரது உடல்நிலையைப் பற்றியோ வெளியுலகம் அறிந்திடாமலேயே இருந்துள்ளது. வயதான காலத்தில் உடல்நிலை பாதிக்கப்பட்ட நாட்களில் எழுதி வெளியிட்ட 'குடியேற்றம்' நாவலைப் பற்றி எத்தனை விமர்சனங்கள் அவரது காதுகளை எட்டின என்பது தெரியவில்லை. அவரது இறுதிச் சடங்கின்போது விரல் விட்டு எண்ணுமளவிற்கே படைப்பாளுமைகள் வந்ததாகவும் இறுதி மரியாதை செய்ததாகவும் குடும்ப உறுப்பினர்கள் தெரிவித்தனர். பிரபஞ்சன் எனும் ஆளுமைக்கு அரசு மரியாதையுடன் புதுச்சேரி அரசு மரியாதை செலுத்தியது; அடக்கம் செய்தது. ஏன் தமிழக அரசோ, மத்திய அரசோ ஒரு மலர்வளையத்தைக்கூட எந்த எழுத்தாளருக்கும் வைப்பதில்லை? ஒரு சமூகத்தின் மறுமலர்ச்சிக்காய் தன் சுக துக்கங்கள் பலவற்றை இழந்து சொந்தச் சமூக மக்களாலேயே வெறுக்கப்பட்டு வாழ்ந்து வந்த மாபெரும் எழுத்தாளனுக்குக் கிடைக்க வேண்டிய மரியாதை எதையும் ஏன் தர மறந்தோம் அல்லது மறுத்தோம் என்றே தெரியவில்லை. இது பெரிதும் சிந்திக்கத்தக்கது. ஆதலால் அவரின் அரும் பெருமைகளை மீட்டெடுத்திட சிறுமுயற்சியாக இந்த நூலினை வெளியிடத் தீர்மானித்தேன்.

அவருக்கு இந்தச் சமுதாயமும் அரசும் தர மறுத்த, மறந்த சிறப்புகளை எல்லாம் இனிவரும் ஆளுமைகளுக்காகவும் சரிவரத் தர வேண்டும் என்ற என் எண்ணத்தை உங்கள் முன் வைக்கிறேன்.

'தோப்பில் முகம்மது மீரான்' என்கிற மாபெரும் ஆளுமைக்கு, அவருடைய மறைவிற்குப் பிறகு என்னுடைய எளிய காணிக்கை இந்நூல். தோப்பில் எனும் என் தந்தை இன்னும் எனக்குள் வாழ்ந்து கொண்டிருக்கிறார். இந்நூலை வெளிக்கொணர உதவி புரிந்த தோப்பிலார் குடும்பத்தினருக்கு மிக்க நன்றி. இந்நூலுக்காக அவரது வேலைகள் அனைத்தையும் ஒதுக்கி வைத்து 'கடலோர கிராமத்தின் கதைசொல்லி' என்று நூலிற்கு அணிந்துரை அளித்த மதிப்பிற்குரிய பேராசிரியர் க.பஞ்சாங்கம் ஐயா அவர்களுக்கும் என் மனமார்ந்த நன்றியைத் தெரிவித்துக் கொள்கிறேன். ஆய்வுப்பணி துவங்கிய நாள் முதல் இன்று வரை பல்வேறு நெறிகாட்டுதல்களை வழங்கிவரும்

பா.இரவிக்குமார் ஐயா அவர்களுக்கும் மனம் நிறைந்த நன்றியைத் தெரிவித்துக் கொள்கிறேன்.

மொழிபெயர்ப்புச் செய்யும்பொழுது உதவிய குடும்ப நண்பரான தினேஷ் அவர்களுக்கும், மிகக் குறுகிய காலத்தில் தட்டச்சு செய்துகொடுத்த சிவகுமார் அவர்களுக்கும், பிழைத்திருத்தம் செய்த தோழர்கள் முனைவர் அசோக்குமார், முனைவர் குப்புசாமி அவர்களுக்கும், இந்த நூல் உருவாக காரணமாயிருந்த சிறார் இலக்கிய எழுத்தாளர் திரு. கன்னிக்கோவில் இராஜா அவர்களுக்கும், என் குடும்ப உறுப்பினர்களுக்கும், தமிழ்ச்சங்கச் செயலாளர் மு. பாலசுப்பிரமணியன் அவர்களுக்கும், சீனு.தமிழ்மணி ஐயா அவர்களுக்கும் என் எண்ணத்திற்கு ஆதரவு அளித்த அனைத்து நல்லுள்ளங்களுக்கும் நன்றி. இந்த நூலினை மிகக் குறுகிய காலத்தில் சிறப்பாக செய்தளித்த ‘எதிர் வெளியீடு’ பதிப்பகத்தாருக்கு நன்றி.

சாகித்திய அகாதெமி விருது பெற்ற ஆளுமை ‘தோப்பில் முகம்மது மீரான்’ அவர்களுக்கு அரசு பெருமை சேர்க்கும் விதமாக அவரின் உருவப்படத்தை அஞ்சல் தலையிலும், அஞ்சல் சிறப்பு உறையிலும் பொதித்து வெளியிட வேண்டுகிறேன். மேலும் அவர் வாழ்ந்து வந்த ஊரில் அவர் வசித்து வந்த தெருவிற்கு அவருடைய பெயரிட்டுப் பெருமைப்படுத்த வேண்டுமென்ற கோரிக்கையை முன்வைத்து, என் கனவினை எதிர்காலத்தில் நனவாக்கப்போகும் அரசுக்கு என் நன்றியைத் தெரிவித்துக் கொள்கிறேன்.

நன்றியுடன்,

முனைவர் இர.பிரபா,
margivino2007@gmail.com,
9791815757

தோப்பில் முகம்மது மீரான் -
அவர் எழுத்தைவிட அவர் அழகானவர்

I

தோப்பில் முகம்மது மீரானை (1944-2019) நான் அறிய நேர்ந்தது பெரியவர் கி.ரா.மூலமாகத்தான். 1997-இல் அவருடைய வீட்டில் வழக்கம்போல் மணிக்கணக்காகக் காலம் கரைவது தெரியாமல் பேசிக்கொண்டிருக்கும்போது, ஒரு நூலைக் காட்டி “இந்த நாவலை வாசித்திருக்கிறீர்களா?” என்று கேட்டார். அது மீரானின் “சாய்வு நாற்காலி”. “பேரைக் கேள்விப் பட்டிருக்கிறேன், வாசித்ததில்லை” என்றேன். “அற்புதமான ஆளு, வாசித்துப் பாருங்கள்” என்றார். ‘சரி’ என்று வாங்கி மடியில் வைத்துக்கொண்டேன். தொடர்ந்து பேச்சின் திசையில் மனதையும் காதையும் கொடுத்து விட்டுக் கிளம்பும்போது ஒன்றைச் சொன்னார். “பஞ்சு, அந்த நாவலைப் படிச்சிட்டு அதன் சிறப்பை ஒரு பத்துப் பாயின்டுல நீங்க எனக்கு நாலஞ்சு நாள்ல எழுதித் தரணும்” என்றார். வாங்கி வந்த கையோடு படிக்கத் தொடங்கினேன்; கி.ரா மொழி, நானும் கரிசல் காட்டுக்காரன். ஆதலால் எனக்குப் பரிச்சயமானது; பேச்சுமொழி என்றாலும் எளிதாக என்னால் அதற்குள் பயணிக்க முடிந்தது; ஆனால் மீரானின் மொழி எனக்குப் பெரிதும் புத்தம் புதிதாக இருந்தது; ‘தமிழ்தானா?’ என்று கருதத்தக்கதாக இருந்தது. மலையாளமும் தமிழும் அரபிச் சொற்களும் கலந்த நான் வாசித்தறியாத ஒரு மொழியாக இருந்தது. தமிழும் நான் அறிந்த தமிழல்ல, விளவங்கோடு (நாகர்கோவில்) வட்டாரத் தமிழ்மொழிதான் இப்படி என்றால் அவர் மொழியில் பிடிக்கிற காட்சிகளும், தெருக்களும், நிலப்பரப்புகளும் மனிதர்களும் உறவுகளும் என் அனுபவத்திற்கு அப்பால் இருந்தன. இதற்கும் மேல் அவர் மொழியை வேலை வாங்குகிற விதமும் முறையாக இலக்கியக்கல்வி படித்து அதை

இளைஞர்களுக்குச் சொல்லிக்கொடுத்துக் கொண்டிருக்கிற எனக்குப் பெரிதும் வேறுபாடாகவும் வியப்பாகவும் இருந்தது. குறியீடுகளும் தொனிகளும், வித்தியாசமான மொழிச் சேர்க்கைகளும் வடி அடர்த்தியாய் நகர்ந்தது. முதலில் ஓர் ஐம்பது அறுபது பக்கம் பொறுமையாகக் கடினப்பட்டுதான் "கி.ராவுக்காக வாசிக்கனுமே" என்றுதான் வாசித்தேன். ஆனால் போகப்போக, வாசிக்க வாசிக்க அந்த எழுத்து அழகியலின் இழுவைக்குள் நான் மூழ்கிக் கொண்டிருப்பதை உணர்ந்தேன்.

அழகியல் ஆக்கத்தின் இரகசியமே பெரிதும் பரிச்சயம் இல்லாத வெளியை மையமாக வைத்து, இயங்குவதுதான்; ஒரு முஸ்லீம் குடும்பத்தின் இருநூறு ஆண்டுகாலச் சரித்திரத்தையும் அது எப்படி பழமை பயனும் இருட்டுக்குள் கிடந்துகொண்டு அதையே சுகமெனக் கருதி, வாழ்க்கையெனும் பிரமாண்டத்தை அறியவிடாதபடி அதிகாரச் சக்திகளால் முடக்கப்பட்டுச் சுருங்கிக் கிடக்கிறது என்பதையும்தான் 'சாய்வு நாற்காலி' முன்வைக்கிறது; முஸ்லீம் குடும்பப் பின்னணியில் காட்சிகளும் நிகழ்ச்சிகளும் கதைப் பின்னல்களும் அமைக்கப்பட்டிருக்கின்றன என்பதுதான் புதிது; ஆனால் அவற்றின் ஊடே ஓடும் அதிகாரமையங்களின் அறமற்ற, ஈவிரக்கமற்ற செயல்பாடுகள் மனிதச் சமூகத்திற்கே பொதுவானவை என்கிற முறையில் வாசகன் உணரும்படியாக மீரானின் எடுத்துரைப்பு அமைந்துள்ளது; அதனாலேயே அந்த நாவல் மட்டுமல்ல, அவர் எழுதிய மற்ற நாவல்களும் சிறுகதைகளும் முஸ்லீம் சமூகத்திற்கு வெளியே உள்ள பெருவாரியான வாசகர்களாலும் கொண்டாடப்பட்டன.

கி.ரா. கேட்டுக்கொண்டதற்கிணங்க 'சாய்வு நாற்காலி' நாவலின் சிறப்பாக மேலே நான் அறிந்தவற்றையே ஒன்று, இரண்டு எனப் பிரித்துப் 'பத்து பாயிண்டாகக்' கொடுத்தேன்; "இந்த நாவல் மூலம் தமிழ் இலக்கிய உலகிற்கு இதுவரை காணாத புதிய மொழியும் புதிய சமூக வெளியும் கிடைத்திருக்கிறது; அதுவும் மிகவும் மேலான அழகியல் மேலாண்மையோடு" என்பதுதான் அவற்றின் சாராம்சம். கையில் வாங்கியவுடன் பொறுமையாகப் படித்துப் பார்த்தார்; "நல்லா இருக்குப் பஞ்சு" - அவ்வளவுதான். நான் திருப்பிக்கொடுத்த அதே நாவலுக்குள் பத்திரப்படுத்தி வைத்துக்கொண்டார். ஒரு பத்துநாள் கடந்திருக்கும். பார்த்தால் தொலைக்காட்சியில் அந்த ஆண்டிற்கான சாகித்திய அகாடெமி பரிசு சாய்வு நாற்காலி படைத்தளித்த 'தோப்பில் முகம்மது மீரானுக்கு' என்றும், தேர்வுக் குழுவில் இருந்த மூவரில் கி.ராவும் ஒருவர் என்ற

செய்தியும் வருகிறது. எனக்கு மகிழ்ச்சியாகவும் ஆச்சரியமாகவும் இருந்தது. உடனே கி.ரா.விடம் ஓடினேன். அப்பொழுதுதான் முழுவிவரத்தையும் வெளிப்படுத்தினார், "பஞ்சு, நீங்க எழுதிக் கொடுத்த பத்து பாயிண்டும் ரொம்ப ஸ்ட்ராங்க்; அத வச்சிதான் சாய்வு நாற்காலிக்குப் பரிச அடிச்சு வாங்கினேன்; இல்லாட்டி வேற ஆளுக்குப் போயிருக்கும்; பெரும் அரசியல் புள்ளியோட மாமியார் புத்தகமும் லிஸ்ட்ல இருந்தது; நான் ஒருத்தன் இதில் ஸ்ட்ராங்கா நின்னதுனால பிறகு வழிக்கு வந்திட்டாங்க; எல்லோரும் ஒன்னா என் தேர்வுக்கு ஒத்துக்கிட்டாங்க" என்று விவரமாகச் சொன்னார்; மகிழ்ச்சியாக இருந்தது.

II

மீரானை நேரில் பார்க்கும்போது "எழுத்தாளர்" என்று நமக்குள் சேர்ந்திருக்கிற எந்தவிதமான பாவனையும் இருக்காது. முதன்முதலில் திருவண்ணாமலையில் நடந்த ஒரு கருத்தரங்கில் கலந்து கொள்ள வந்தபோதுதான் சந்தித்ததாக நினைப்பு. அங்குள்ள ஒரு தனியார் பொறியியல் கல்லூரியின் உதவியோடு சாகித்திய அகாடெமி மூன்று நாள் கருத்தரங்கை ஏற்பாடு செய்திருந்தது; எழுத்தாளர் திலகவதி அம்மையாரின் முன்னெடுப்பில் மிகச் சிறப்பாக நடந்தது. பொதுவாக சாகித்திய அகாடெமி கூட்டங்களில் கலந்துகொள்ள வரும் கட்டுரையாளர்களுக்குத் தனித்தனி அறை தருவதுதான் முறைமை. ஆனால் அன்றைக்கு அறை பற்றாக்குறையோ என்னமோ தெரியவில்லை. மீரானையும் என்னையும் ஒரே அறையில் தங்கவைத்தார்கள்; எனக்குப் பெரியதொரு வாய்ப்பாகப் போயிற்று; நிறைய உரையாட முடிந்தது; ஓர் எழுத்தாளரோடு எழுத்துக்கு வெளியே உரையாட நேரும்போது பெரும்பாலும் அந்த எழுத்தாளர் குறித்து அவர் எழுத்து வழியாக நமக்குள் வடிந்திருந்த பிம்பங்கள் பெரிதும் உடைந்து போவதுதான் பொதுவான அனுபவம்; ஆனால் நாகர்கோயில் பேச்சுமொழியில் ஆரவாரமான, செயற்கையான எதுவும் இல்லாமல் இயல்பாக அவர் பேசிக்கொண்டு போகப்போக அவர் எழுத்தைவிட அவர் பெரிதும் அழகானவராக எனக்குள் படர்ந்தார். தன் சமூகம் ஏன் இப்படி உலகத்தோடு ஓடத் தெரியாமல் இப்படி அந்நியப்பட்டுக் கிடக்கிறது என்று பெரிதும் வலியோடு உரையாடினார். அன்றைக்கு அவர் பேசிய பேச்சில் இன்னும் எனக்குள் மறைந்து போகாமல் கிடக்கிற ஒன்று இலக்கியம் குறித்த அவருடைய நுட்பமான புரிதல்தான். பேசிக்கொண்டு இருக்கும்போதே ஓரிடத்தில்

நிறுத்தினார். “நீங்கள் கி.ராவுக்குக் கிடைத்த சஹ்ருதையன்” என்றார். நான் புரியாமல் விழித்தேன். சஹ்ருதையன் என்பது ஒரு சமஸ்கிருதச் சொல் என்று விளக்கினார்; வாசகன், ரசிகன், சஹ்ருதையன் என்று மூன்று வகையான படிப்பாளிகள் உண்டு. வாசகன், ரசிகன் எல்லாம் எழுத்தாளர்களைக் குறித்த பிம்பங்களைக் கட்டமைத்துச் சந்தையில் அவர்கள் நூல்களை விற்பதற்குத்தான் பயன்படுவார்கள்; ஆனால் ‘சக்ருதையன்’ அப்படி அல்ல; அவனும் படைப்பாளிபோல படைப்பு மனம் கொண்டவன்; படைப்பாளி போலவே பிறப்பிலேயே அப்படிப்பட்டவன்; அவன்தான் படைப்பில் உருவாகிக்கிடக்கும் மௌனங்களைச் சப்தமாகப் பேசுகிறான்; இடைவெளிகளை நிரப்புகிறவன்; நீங்கள் கி.ரா.வுக்கு இதைத்தான் செய்து கொண்டிருக்கிறீர்கள் என்றார். அப்பொழுதுதான் அவர் என்னுடைய “மறுவாசிப்பில் கி.ராஜநாராயணன்” நூலை வாசித்திருக்கிறார் என்பதைப் புரிந்துகொண்டேன். கி.ராவை அவர் மாமா என்றுதான் அழைப்பார்; அன்று என்னிடம் கி.ரா. என்றாரா மாமா என்றாரா என்பது இன்றைக்கும் எனக்கு நினைவில்லை. படைப்பிற்கும் வாசகனுக்குமுள்ள இந்த நுட்பத்தை அதற்கு முன்பு நான் வேறெங்கும் கேட்டதில்லை. வாசித்ததில்லை என்பதால் பெரிதும் வியந்து கேட்டுக் கொண்டிருந்தேன். மாணவர்களுக்குச் சொல்லித்தரப் பயன்படுமென்று அன்று இரவே எனது நாட்குறிப்பில் எழுதி வைத்துக் கொண்டதாக ஞாபகம்.

III

பிறகு சென்னை சாகித்திய அகாடெமி அலுவலகத்தில் பலதடவை சந்தித்திருக்கிறேன்; பெரிதும் பேச வாய்ப்பிருக்காது, நிறைய நேரம் பேசக் கிடைத்த மற்றொரு வாய்ப்பு அவர் வீட்டிற்கே போனபோது கிடைத்தது. திருநெல்வேலி மனோன்மணியம் பல்கலைக்கழகக் கருத்தரங்கிற்குச் சென்றபோது ஒரு மாலையில் அவர் வீடுதேடிப் போனேன். இப்படி எழுத்தாளர்களைப் பார்க்கப்போவது எனக்கிது பழக்கமாக வாய்க்கவில்லை. எனவே மீரானை நான் பார்க்கச்சென்றது எனக்கே வாய்ப்பாக இருந்தது. இரவில் அவங்க வீட்டுப் பிட்டுச் சாப்பாடு சாப்பிட்ட பிறகுதான் அனுப்பி வைத்தார். பிரியமாகப் பேசினார். துணைவியார்க்கு அறிமுகப்படுத்தி வைத்தார். அன்றைக்குக் கி.ரா. குறித்தும் பஷீர் குறித்தும் அதிகம் பேசிக்கொண்டிருந்தார். மாமாவை ரொம்பவும் விசாரித்ததாகச் சொல்லுங்கள் என்றார்.

‘பழைய தமிழ் இலக்கியம்’ ஒன்றும் தெரியாது; புதுமைப்பித்தனைக் கூட இன்னும் படிக்கல. பாரதியார் பாடல் கேட்டதோடு சரி, என்றெல்லாம் சொல்லிக்கொண்டு வெள்ளந்தியாகக் கள்ளம் கபடம் இல்லாமல் உண்மையாக வாழ்ந்த ஓர் ஆளுமை, தந்தை முகம்மது அப்துல் காதரின் முதல் மனைவிக்குப் பிள்ளை இல்லாததால் அவர் முடித்துக் கொண்ட இரண்டாவது மனைவிக்குப் பிறந்த பதின்மூன்று பேரில் தப்பிப் பிழைத்த ஒன்பது பேரில் ஒருவராக வளர்ந்து, தந்தையையும் மீறிப் பள்ளிக்கூடம் சென்று பி.ஏ.(மலையாள இலக்கியம்) வரைப் படித்துவிட்டுக் “கருவாட்டு வியாபாரம்” செய்து இரண்டு பிள்ளைகளையும் உருவாக்கி அகத்திலும் புறத்திலும் நிறைவான ஒரு வாழ்க்கையை வாழ்ந்து முடித்து மறைந்துள்ளார் (10.05.2019). எழுத்தாளர்களுக்கு இரசிகர்கள் கிடைப்பார்கள். ஆனால் அவர்களைக் கொண்டாடி மகிழும் ஆய்வாளர்கள் கிடைப்பது அரிது. மீரானுக்கு அவரைப் பஷீரோடு ஒப்பிட்டு ஆராய்ந்த ஆய்வாளர் இர. பிரபா கிடைத்துள்ளார்; அவர் குடும்பத்தோடு ஓர் உறுப்பினர் என்ற அளவிற்குப் பாசத்தோடு பங்கெடுத்துள்ளார். மீரானை இந்த ஆய்வாளர் இன்னும் மேலெடுத்துச் செல்வார்; மீரான் தமிழ் இலக்கியப் பரப்பில் நிலைத்து நிற்பார். அந்த அளவிற்கு ஆர்வத்தோடு இப்பொழுது இந்தப் பணியைத் தொடங்கிவிட்டார். மீரானின் கடைசி பயணத்திற்கு அவரது இல்லத்திற்கே சென்றவர். இதுவரை வெளியிடாத இரண்டு கட்டுரைகளை அவராக மனமுவந்து கொடுத்ததை வாங்கி வந்து அவருடைய இரண்டு நேர்காணலையும் இணைத்து இந்த முதல் நினைவுக் கூட்டத்தில் மிகக் குறுகிய காலத்தில் விரைந்து வேலை செய்து புத்தகமாக்கி இங்கே கொண்டு வந்துள்ளார். ஆய்வாளரின் பணியும், ஆர்வமும் மீரானின் புகழைத் தமிழ் இலக்கியப்பரப்பில் என்றைக்கும் நிலைக்கும்படி செய்யும் என நம்புகிறேன்...

ஆய்வாளருக்கு வாழ்த்துகள்.

க. பஞ்சாங்கம்
புதுச்சேரி - 8

தேங்காய்ப்பட்டணம்

தமிழகத்தின் தெற்கோரம் கேரளா எல்லையையொட்டிய சின்னஞ்சிறு கடற்கரைக் கிராமம் என்னுடையது - தேங்காய்ப்பட்டணம். தேங்காய் ஏராளம் கிடைப்பதனால் அல்ல இதற்குத் தேங்காய்ப்பட்டணம் என்ற பெயர். தர்மஃபத்தன், தென்ஃபத்தன், தென்பட்டணம், தெக்கேபட்டணம் ஆகிய பெயர்களில் முற்காலத்தில் அழைக்கப்பட்டு, இன்று தேங்காய்ப்பட்டணம் என்ற பெயரில் அழைக்கப்படுகிறது. கன்னியாகுமரி மாவட்டத்தின் கடைசி தாலுகாவான விளவங்கோடு தாலுகா பைங்குளம் கிராம பஞ்சாயத்திற்குட்பட்ட மிக அழகிய கிராமம் இது. இயற்கை வனப்புமிக்க எங்கள் கிராமம் இறைவனால் ஆசிர்வதிக்கப்பட்ட பூமியாக இருந்தது.

கிராமத்தின் மேற்கு எல்லையில் வலியாறு என்று அழைக்கப்படும் தாமிரபரணி ஆறு, கிழக்கு எல்லையில் சேண்டபள்ளிப்பாறையும், ஆனப்பாறையும், மண்ணுண்ணிப் பாறையும் உண்டவிட்டான் பாறையும் அடங்கிய சிறுமலைத் தொடர். தெற்கு எல்லை அலரி அலை அடிக்கும் அரபிக்கடல். வடக்கு எல்லை வயலாலும் தென்னைகளாலும் சூழப்பட்டது. இந்த நான்கு எல்லைகளுக்குள் நாங்கள் பாரம்பரியமிக்க கொஞ்சம் முஸ்லீம்கள்.

வலியாற்றின் கரையிலுள்ள பரந்த பாறைமீது காணப்படுவது ஆற்றுப்பள்ளி. முன்பு இந்த இடம் தோனிக்கடலாக இருந்தது. நாகூர் சாகுல்ஹமீது ஆண்டனை இந்தப் பாறைமீது உட்கார்ந்து கடல் காற்று வாங்கியதாக மக்களிடையே நிலவும் நம்பிக்கை. ஆண்டனையின் நினைவாக எழுப்பப்பட்டதுதான் ஆற்றுப்பள்ளி. பாறையில் உட்கார்ந்து நாகூர் ஆண்டனை முகச்சவரம் செய்து கொண்டிருக்கையில் அரபிக்கடலில் புதைந்து போய்க் கொண்டிருந்த ஒரு கப்பலின் அடிப்பகுதியில் விழுந்த ஓட்டை வழியாக உள்ளே தண்ணீர் ஏறுவது கையிலிருந்த முகம் பார்க்கும் கண்ணாடியில்

தெரிந்தது. உடன் கண்ணாடியைக் கப்பலுக்கு நேராக வீசி எறிந்தார்கள். காற்றைக் கிழித்துச் சென்று கண்ணாடி, ஓட்டையை அடைத்து மூழ்கிப் போகவிருந்த கப்பல் காப்பாற்றப்பட்டதாக வாய்வழி பரந்த கதை. நாகூர் பள்ளியில் ஆண்டு நேர்க்கை நடக்கும் அதே பிறைமாத நாளில் ஆற்றுப்பள்ளியிலும் மவுலூது (புகழ்) ஓதி மஞ்சச் சோறு சமைத்து ஊர்மக்களுக்கு வழங்கப்பட்டு வருகிறது. இந்தப் பள்ளிவாசல் முன்பு வள்ளத்துத்(படகு)தொழிலாளர்களின் கட்டுப்பாட்டில் இருந்துவந்தது. இப்போது ஜமாத்தின் நிர்வாகத்தில் இருந்து வருகிறது.

மேற்குத் திசையிலுள்ள ஊர்களுக்கு வள்ளங்களில் பயணிப்போர் ஆற்றில் விபத்து ஏதும் நேர்ந்துவிடாமல் இருக்க ஆற்றுப் பள்ளிவாசல் உண்டியலில் காணிக்கைச் செலுத்துவது வழக்கம். கள்ளத்தோணி ஏறி கொழும்புக்குப் புறப்படுவோரும் இதில் காணிக்கைச் செலுத்திவிட்டுத்தான் பயணம் செய்வார்கள். உண்டியலில் சேர்ந்த பணத்தைக் கொண்டுதான் ஆண்டு நேர்ச்சைக் கொடுப்பது. ஆற்றுப்பள்ளிப் பாறைக்கருகில் ஆற்றில் இரண்டு குத்துக் கற்கள். சுழிநிறைந்த ஆழமான இடம் இது. கொல்லங்கோடு முடிப்புரையில் தூக்கம் முடிந்ததும் வளையல் விற்பனை செய்துவிட்டுச் செட்டிச்சி ஏறிவந்த வள்ளம் இந்த இடத்தில் கவிழ்ந்து அவள் மூழ்கி இறந்தாள். இப்போது இங்கு பேயாக நின்று ஆற்றில் குளிக்க வருவோரின் கால் பெருவிரல் தலைமுடி சுற்றி தண்ணீருக்குள் இழுத்துச் சென்று மனித உயிரைக் குடித்து வாழ்கிறாள்.

கிழக்கு எல்லையிலுள்ள மலைமீது தெரிவது சேண்டபள்ளி. ஏதோ ஒரு செய்கு (இறை நேசர்) தொழுது தவம் புரிவதற்காக கட்டிய சிறு பள்ளிவாசல். செய்கின் பள்ளி என்பது மருவி சேண்டபள்ளியானது. நூற்றாண்டு கால மழையிலும் வெயிலிலும் காற்றிலும் இருந்து காடு மூடிக்கிடக்கிறது இப்போது. வெண்ணிக்கையான (புனிதமான) பள்ளி என்பதால் சூலிப்பெண்கள் சுகப்பிரசவத்திற்காக நெய்யப்படம் பொரிந்து மலைஏறிச் சென்று "யாசின்" ஓதி நேர்ச்சை கொடுப்பார்கள். சிறுவனாக இருக்கும்போது நேர்ச்சை வாங்கி சாப்பிட பின்னால் தொத்திக் கொள்வேன். ஆண்களின் பார்வையிலிருந்து தங்களை மறைத்துக் கொள்வதற்காகப் பெண்கள் கருத்தல் நேரம் ராந்தல் விளக்குப் பிடித்துக் கொண்டுதான் மலை ஏறுவது. மலை ஏறுமிடத்தில் காணப்படும் இரண்டு புனித பாதங்களைத் தொட்டுக் கண்ணில் வைத்துக்கொண்டு மலை ஏறுவது பாதுகாப்பு. சிலர் பழங்குலையும் நேர்ச்சையாகக் கொடுப்பார்கள்.

ஓதப்படிக்கத் தெரியாத கட்ட லெப்பைக்கு மனைவி சொல்லிக் கொடுத்த "யாசின்"வரிகளை முணுமுணுத்துக் கைமடக்கும் நேர்ச்சையும் பெற்றுக்கொள்ளும் கட்ட லெப்பை. மலை இறங்க இறங்க நேர்ச்சையைத் தின்றுக்கொண்டு இறங்குவதில் எனக்குப் பெரும் உற்சாகம். இரவுநேர மதரசாவுக்குச் செல்லாமல் "அந்திமோந்தி"(கருக்கல்) நேரம் சேண்டபள்ளியில் நேர்ச்சை வாங்கப்போன தகவல் வாப்பாவின் காதுக்கு எட்டினால் போதும், தூணில் கட்டிவைத்து அடியோடு அடிதான் கம்பு முறிய (உடைய) நேர்ச்சைகள் கொடுப்பதில் நம்பிக்கை இல்லாத வாப்பா.

சேண்டப்பள்ளியோடு சேர்ந்து காணப்படுவது ஆனப்பாறை. கடல் அரிப்புத் தடுப்புச் சுவர் கட்டுவதற்காக உடைத்துத் தரைமட்டமாக்கி விட்டார்கள் இப்போது. படுத்துக் கொண்டிருக்கும் யானையின் வடிவம் அதற்கு. அதனால் அந்தப் பெயர். அதன் தலைப்பகுதியில் ஒரு வட்டக் கல்லிருந்தது. அதற்கடியில் ஊசிக்கிணறு. ஊகிக்கிணறு பொங்கி உலகம் அழியும். எங்கள் ஊரைச் சேர்ந்த மங்கட்டி லெப்பை (மைன்குட்டி) உலகம் அழியாமலிருக்க அந்த வட்டக்கல்லைத் தூக்கி ஊசிக்கிணறை பொங்கவிடாமல் மூடிப்போட்டார். ரம்சான் பிறை பார்ப்பதற்கு நானும் கொஞ்சம் பிள்ளைகளும் சூரியன் அடையும் நேரம் பார்த்து ஆனப்பாறை உச்சிக்கு ஏறுவோம். மேற்கு வானத்தில் செஞ்சாயம் பூசிக்கொண்டு சூரியன் வானச்சரிவில் மெல்லமெல்ல நழுவி தொடுவானத்தில் இறங்கி மூழ்கி மறைவதைக் காணக் கண்கோடி வேண்டும். வானத்தைத் தொட்டு நிற்கும் கடல் விளிம்பும், புகைத்துக்கொண்டு நகரும் கப்பலும், சிப்பிப் பாறையும் தவிர ஊரும் உலகமும் தென்னை ஓலைகளால் நெய்த பச்சைப் போர்வையால் மூடப்பட்டிருக்கும். ஆனப்பாறை இன்று ஒரு கனவு. அந்த எழில் காட்சிகள் இன்றைய தலைமுறைக்கு இனி ஒரு கிட்டாக் கனியாகிவிட்டது. ஆனப்பாறை பற்றி எத்தனை எத்தனை கதைகள் பெத்தம்மாக்கள் சொல்லிக் கேட்டிருக்கிறேன். அந்தக் கதைகள் கேட்டு வளர்ந்தேன். கிழக்கு திக்கும் சூரியனை ஆனபாறைதான் பிரசவிக்கிறதென்று என் பாலப்பருவத்தில் நம்பியிருந்தேன். தூரிகை கைக்கு வசப்பட்ட பிறகு, "சூரியனைப் பிரசவிக்கும் பாறை" என்று அன்றைய என் நம்பிக்கையை ஒரு சிறுகதையாக எழுதி வெளியிட்டேன்.

இஸ்லாம் மதம் பரப்புவதற்காக 1400 ஆண்டுகளுக்கு முன் மாலிக் இப்னுதினாரும் குழுவும் ஏறிய கப்பல் புகை துப்பி ஓடிவந்த அரபிக்கடல் தெற்கு எல்லையில் ஓசையோடு அலை

எழுப்பிக்கொண்டிருப்பதில் ஓய்வே இல்லை. கடல் காற்று வழி அடிக்கும் கச்சானில் எங்கள் வீட்டு ஜன்னல் கம்பிகளையெல்லாம் துருஅரித்தது. கடற்கரையை ஒட்டிய வீடு. கடலோடு சேர்ந்து கிடக்கிறது வலியாறு. வலியாற்றில் அடிக்கடி வெள்ளப் பெருக்கு ஏற்படும். கரையோரக் கிராமங்களிலுள்ள வீடுகளைத் தண்ணீர் சூழ்ந்துவிடும். அந்நேரம் ஆற்றுநீரைக் கடலுக்கு வெட்டி விடுவதற்கு லைக்கல்லூர் அங்ஙத்தை(நாயகன்)கள் மண்வெட்டிகளோடு வருவார்கள். ஆற்றிலிருந்து கடலுக்குத் தண்ணீர் பாயும் இடத்தைப் பொழிமுகம் என்போம். பொழி முகத்திலுள்ள பொழிவாதைக்கும் ஆற்றுவாதைக்கும் உணவு மனித உயிர்கள். பொழிவாதையும் ஆற்றுவாதையும் செட்டித்தியும் அடக்கி ஆண்ட இடத்தில் இப்போது மீன்பிடித் துறைமுகம். நீர்வழிப் பயணிகளை நடுநடுங்க செய்து கொண்டிருந்த வாதைகள் போய் ஒளிந்துகொண்ட பொந்துக்கள் ஏதென்று இப்போது தெரியவில்லை. செட்டித்தியின் தாவளமாயிருந்த குத்துக்கற்கள் மண் மூடிக்கிடக்கின்றன இப்போது.

“ஒடுக்கத்தே புதன்” (அரபி மாத வருடத்தின் கடைசி புதன்கிழமை) மிக விமரிசையாக கொண்டாடப்படும். உச்சியிலிருந்து உள்ளங்கால் வரை எண்ணெய் தேய்த்துக் கடலில் குளித்துக் கும்மாளமடிப்போம். இதைக் “கடக்குளி பெருநாள்” என்றும் சொல்வார்கள். ஒருமுறை கடல் அலை என்னைச் சுருட்டி மடக்கி உள்ளே இழுத்துச் செல்லாமல் கரைக்கு அடிச்சேற்றி தள்ளியதால் உயிர் பிழைத்தேன். அந்த வருடம் செய்த பாவங்களையெல்லாம் போக்கிட லப்பைகளிடமிருந்து வெள்ளை பீங்கானில் கறுப்பு மையால் இஸ்மு(குர்ஆன் வசனம்)க்கள் எழுதி வாங்கி, வானத்துக்கு நேராக காட்டாமல் கவிழ்த்துப் பிடித்தபடி வீட்டில் கொண்டுவந்து தண்ணீரில் கரைத்து எல்லோரும் குடித்து செய்த பாவங்களைக் களைவோம். வகுசி லெப்பை, ஹாமிதுகோயா தங்கள், ஆனமணி குட்டியாப்பா, செயதுப்புக்கோயா தங்கள் போன்றவர்களுடைய வீட்டு நடையில் பீங்கான் வைத்துக் கொண்டு மக்கள் கூட்டம். லப்பைகளுக்கும் தங்களுக்கும் கிராக்கியான நாள் அன்றைய தினம். தங்கள் எழுதிக்கொடுக்கும் இஸ்முக்கு பெரிய மவுசு. உள்ள வீட்டுக்காரர்களுக்குத்தான் தங்கள்கள் எழுதிக்கொடுப்பார்கள். நான் பீங்கானில் எழுதி வாங்குவது என்னுடைய உஸ்தாதான வகுசி லெப்பையிடமிருந்து எதாவது கைமடக்கு (அன்பளிப்பு) கொடுத்தால் உஸ்தாதுக்கு சிரிப்புத்தான். பீங்கான் இல்லாத ஏழைகள் பனை ஓலை இலக்கில் எழுதி வாங்குவார்கள். கடக்குளி பெருநாளன்று மதியம் தேங்காய்ச் சோறும், கோழி இறைச்சியும் சிறப்பு உணவு. பீங்கானில் எழுதும் மை தயாரிப்பது, அரிசி கருக

வறுத்து பொடிச்சி மாவாக்கி எலுமிச்சபழம் நீரில் கலக்கி எடுத்த கலவையில்.

வட எல்லை என்பது “வலிய (பெரிய) வாய்க்கால் பாலம்”. மழைக் காலங்களில் ஓடிவரும் கலங்கல் தண்ணீர் வாய்க்கால் வழி கொச்சத்து முலை கலுங்கில் அருவியாய் விழுந்து ஓடி வலியாற்றில் போய் சேருகிறது. வலிய வாய்க்கால் பாலம் கடந்து புதுக்கடைவழி செல்கின்ற ரோடு குழித்துறைக்கு. அங்கே தான் தாலுகா அலுவலகம், முன்சீப் கோர்ட், போலிஸ் ஸ்டேசன் எல்லாம். அந்தக் கல்ரோட்டில் முதலில் ஓடிய ஒரே பஸ் எட்டு இருக்கைகள் உள்ள பயோனியர் பஸ். அதில் ஒரு முறை நான் ஏறி சவாரிபோன நினைவு. இதே ரோட்டோரத்தில், ஒரு மைல் தொலைவில் நான் படித்த அம்சி உயர்நிலைப் பள்ளி. நடந்து செல்லவேண்டும். மதியம் சாப்பாட்டுக்கும் நடந்து தான் வீட்டுக்கும் வரவேண்டும். உயர்நிலை பள்ளிக்குமுன் இரண்டு கடைகள் மட்டும் - லட்சுமணனின் வெற்றிலை பாக்கு, மை, பேப்பர் விற்கும் கடை, ஞானமுத்தனுடைய சாயாக்கடை. சிக்ஸ்த்தில் *(SSLC)*படிக்கும்போது மதியம் ஞானமுத்தனின் சாயா கடையிலிருந்து இரண்டு தோசை சாப்பிட்டு. தண்ணீர் குடித்துப் பசி அடங்குவது.

SSLC-யில் தேர்வு எழுதி இரண்டு முறை தோல்வி. இறுதி வாய்ப்பான மூன்றாவது முறை தேர்வில் தேர்ச்சிபெற்றேன். இதில் தோல்வி அடைந்திருந்தால் மேலும் தேர்வு எழுத முடியாது. கல்வித் துறையின் இந்த ஆணையால் அன்று ஏராளமானவர்கள் கல்வியைத் தொடர முடியாமல் விட்டு விட்டார்கள். இதே ரோட்டில்தான் புகழ்பெற்ற “பார்த்திவ சேரைபுரம் சாலை” முற்காலத்தில் செயல்பட்டுக் கொண்டிருந்தது. ஆய் மன்னனான கருனந்தனடகன் நிறுவிய கல்விச்சாலை.

கிழக்குப் பக்கமாக செல்லும் ரோடு கருங்கல்வழி நாகர்கோவிலுக்கு. இந்த ரோட்டோரத்தில் சில புகழ் பெற்ற வர்ம ஆசான்களின் வீடுகள் இருந்தன. தெற்குத் திசைக்குச் செல்லும் ரோடு கடற்கரையை அடைகிறது. திருவிதாங்கூர் அரசு முத்திரையான “இரட்டையானையும் சங்கும்” முகப்பில் பொறித்த அரசு டிஸ்பென்ஸரி இருப்பது இதே ரோட்டில். அங்கு நான் பார்த்த முதல் டாக்டர் தங்கமணி டாக்டராவார். மதுவிலக்கு நடைமுறையிலிருந்த காலம் திருவிதாங்கூர் போலீஸ்காரர்கள் கூலிவேலை முடிந்து வழியே செல்லும் ஏழை தொழிலாளர்களைப் பிடித்து ஊதச் சொல்வார்கள். கள் அருந்தியிருந்தாலும் இல்லாவிட்டாலும் பின் கைகட்டி அவர்களை “நடங்கடா” என்று சொல்லி

மருத்துவமனைக்கு அழைத்து வருவார்கள். தங்கமணி டாக்டர் குடிக்காதவர்களும் குடித்திருப்பதாக வழங்கும் சான்றிதழின் அடிப்படையில் நீதிமன்றத்தில் இவர்கள் தண்டிக்கப்படுவார்கள். முஸ்லீம்கள் மது அருந்தமாட்டார்கள் என்ற எண்ணத்தில் பெயரைக் கேட்டதும் ஊதச் சொல்ல மாட்டார்கள். நான் தெரிந்தவரை கள் குடித்ததாக முஸ்லிம்களில் யாரையும் பிடித்துப் பின்கை கட்டிக்கொண்டு போனதில்லை. கடற்கரை தென்னை நிழலில் பகல் நேரங்களில் சூதாட்டம் நடக்கும்.

இந்த மூன்று ரோடுகள் சேரும் சந்திப்பில்தான் அன்றும் இன்றும் எங்கள் ஊர் பஸ் ஸ்டான்ட். முன்பு இந்தச் சந்திப்பு புன்ன முட்டுக்கடை என்று அறியப்பட்டது. ஒரு பெரிய புன்னை மரம் நின்றிருந்தது அவ்விடத்தில். புன்னை மரத்தடியில் ஒரு சாயாக்கடையும் இருந்தது. அந்தப் புன்னை மரத்தடியில் ஒருமுறை காமராச நாடார் பேச வந்திருந்தார். அன்று நான் தென்னையில் கட்டியிருந்த ஒலிபெருக்கியை முதன்முதலில் பார்த்து எந்த அரசியல் கட்சி பிரச்சாரத்திற்காக வந்து, என்ன பேசினார் என்று புரிந்துகொள்ளும் பக்குவம் இருக்கவில்லை. அன்று எனக்கு முதல் தேர்தல் பிரச்சாரத்திற்கு என்று நினைக்கிறேன். பண்டிட் ஜவஹர்லால் நேரு ஒருமுறை புன்ன முட்டியில் காரில் கும்பிட்டபடி நின்று சில நிமிடங்கள் பேசியது நல்ல நினைவு. நேருவை நேரில் பார்த்தது அப்போதுதான். நேரு வந்தது அம்சி வழியாக. நேருவுக்கு அணிவிக்க ஒரு பூமாலையுடன் அம்சி உயர் நிலைப்பள்ளி மேனேஜர் அம்சி நாராயணப்பிள்ளை உயர் நிலைப்பள்ளி வாசலில் நின்று கொண்டிருந்தார். நாட்டு விடுதலை போராட்டத்தில் நேருவுடன் சேர செல்லில் ஆறுமாத காலம் சிறையில் கிடந்தவர் நாராயணப் பிள்ளை. சாலை ஓரம் உயர்நிலைப் பள்ளி முன் நின்று கொண்டிருந்த சக சிறைவாசியைப் பார்த்ததும் அடையாளம் தெரிந்து காரை விட்டு இறங்கி நலம் விசாரித்துப் பூமாலையைப் பெற்றுக்கொண்டார் நேரு.

எங்கள் கிராமத்தின் அரசாங்க ஆரம்பப் பள்ளியில் மலையாளம்தான் போதனைமொழி. மக்கள் பேசுவது தமிழ். பெரியவர்களில் பெரும்பான்மையினருக்குத் தமிழோ மலையாளமோ எழுதப் படிக்கத் தெரியாது. எனினும் சில முதியவர்கள், குணங்குடி மஸ்தான், தக்கலை வீரப்பா போன்றவர்களுடைய ஞானப் பாடல்களைப் பாடக் கேட்டிருக்கிறேன். வாசிப்பதையும் கண்டிருக்கிறேன். சுல்தான் மைதீன் வக்கீல் *MLC*-யாகவும், ஹனீஃப் வக்கில் *MLA* வாகவும் திருவிதாங்கூர் சட்டசபையில் நியமன உறுப்பினர்களாக இருந்தனர். முந்தைய தலைமுறையில்

வக்கில் கல்வி கற்றவர்கள் இவர்கள் இருவருமே. இவர்களுடைய முயற்சியில்தான் ஊரில் ஆரம்ப பள்ளிக்கூடம் வந்தது. முன்பு திண்ணைப் பள்ளி இருந்திருக்கலாம். மேலே குறிப்பிட்ட வக்கீல்கள் இருவரும் எங்கே போய் கல்வி கற்றார்கள் என்று தெரியவில்லை. சுல்தான் மைதீன் விலிசிதான் ஆரம்பப் பள்ளியின் மேனேஜராக இருந்தாலும், பராமரிப்பு பைங்குளம் பஞ்சாயத். மேற்கூரை வழி ஆகாசம் தெரியும்போது ஓலையை மாற்றி வேய்வது, கதவிலும் ஜன்னலிலும் கறையான் ஏறாமலிருக்க தார் பூசுவது, மண்சுவரில் சுண்ணாம்பு அடிப்பது போன்ற பராமரிப்புகள். நான் படிக்கும் காலம் வரை பெண் ஆசிரியைகள் யாரும் அங்கு நியமிக்கப்படவில்லை. ஐந்தாம் கிளாஸ் (வகுப்பு) வரை உண்டு. ஆசிரியர்கள் எல்லாம் நாயர்கள். இப்போது புதிய கட்டடத்தில் மேல்நிலைப் பள்ளியாக செயல்படுகிறது. தமிழ்தான் போதனாமொழி.

முன்பு பெற்றோர்கள் வந்து பிள்ளைகளை முறையாகப் பள்ளிக்கூடத்தில் சேர்ப்பதில்லை. தெருவில் கடற்கரையில் விளையாடிக் கொண்டிருந்த என்னையும், மற்ற பிள்ளைகளையும் ஆசிரியர்கள் தெருத் தெருவாய்த் தேடிப் பிடித்துப் பள்ளிக்கூடத்தில் உட்காரவைத்தார்கள். ஹாஜர் (வருகை) புத்தகத்தில் பெயர் எழுதிக்கொள்வார்கள். தகப்பனாரின் பெயர்கள் சொல்லிக் கொடுப்பது அரபி முன்சீ(ஆசிரியர்)யாகும். சின்னக் கிராமம் ஆனதாலும், அரபி முன்றி ஊரைச் சேர்ந்தவரானதாலும் அவருக்குப் பிள்ளைகளின் தகப்பனார்கள் பெயர் தெரியும். தொடர்ந்து பள்ளிக்கூடத்திற்கு வராத பிள்ளைகளின் பெயர்களை ஹாஜர் புத்தகத்திலிருந்து வெட்டிவிடுவார்கள். ஐந்தாம் கிளாஸ் தேறி அம்சி உயர்நிலைப் பள்ளியில் சேருவதற்கு T.C. வாங்க செல்லும் போதுதான் சிக்கல். ஐந்தாம் கிளாஸ் தேறினாலும் மிகச்சிலர் மட்டுமே ஃபஸ்ட் பாமில் (6-வது வகுப்பு) சேருவதற்கு அம்சிக்கு போவார்கள். அன்று மாத பீஸ் கட்ட வேண்டியிருந்ததனால் சில மாணவர் இடையே தெறித்துவிடுவார்கள். T.C. கொடுப்பதற்கு ஸ்கூல் பதிவுப் புத்தகத்தையும் புரட்டினால் சிலருடைய பெயர்கள் அதில் இருக்காது. ஐந்தாவது வகுப்புத் தேறிய என் உறவினரான மாணவன் ஒருவன் T.C. கேட்டபோது அவன் பெயர் பதிவுப் புத்தகத்தில் இல்லாமலிருந்தது. தலையைப் புண்ணாக்கிய தலைமை ஆசிரியர், பெயர் வெட்டிய ஹாஜர் புத்தகத்தைப் புரட்டிப் பார்த்தபோது அந்த மாணவனுடைய தகப்பனாரின் பெயரை ஒத்த பெயரும் அவருடைய மகனுடைய பெயர் அந்த மாணவடைய பெயரோடு ஏகதேசம் ஒத்துப் போயிருப்பதைக் கண்டு அந்த

மாணவனுக்கு அதே பெயரில் T.C. எழுதிக்கொடுத்தார். அந்த மாணவன் SSLC தேறி, கல்லூரியில் பயின்று உயர் பட்டங்கள் பெற்று அரசு வேலையில் உயர்ந்த சம்பளம் பெற்று இப்போது ஓய்வூதியம் வாங்கி வருகிறார். இதுதான் எங்கள் கிராமப் பள்ளியின் அன்றைய நிலை. இன்று நிலைமை தலைகீழாக மாறிவிட்டது. மக்களிடையே கல்வி ஆர்வம் மிகுதி. பெண்களுக்கிடையேயும் கல்வி விழிப்பு வந்துவிட்டது.

கடற்கரை சாலை ஓரத்தில் ஓர் அஞ்சல் ஆஃபீஸ் முன்பு இருந்தது. ஓர் அஞ்சல் மாஸ்டரும் பச்சைச் சாயம் பூசிய பெரிய அஞ்சல் பெட்டி ஒன்று சாலை ஓரத்தில் நாட்டப்பட்டிருந்தது. அந்தப் பெட்டியில் நான் காகிதம் போட்டிருக்கிறேன். இந்தியன் போஸ்ட்டல் அண்டு டெலிகிராமி ஆனபிறகு அஞ்சல் அலுவலகம் இடம் மாறி தோப்புக்கடையில் வந்ததும் அஞ்சல் மாஸ்டரின் இடத்திற்கு போஸ்ட் மாஸ்டர் அமர்த்தப்பட்டார். போஸ்ட் மாஸ்டரும் உள்ளூர்வாசி. ஒரு சிடு மூஞ்சி மனுசன். வெற்றிலை போட்டிருக்கும் போது ஒரு குணம். அல்லாத போது வேறு ஒரு கெட்ட குணம். யாரையும் கிட்ட அண்டவிடமாட்டார். பஸ் ஸ்டான்டில் கேரளா பஸ்ஸில் வரும் தபால் பைகளைச் சுமந்து வருவது ஜோசப்.

எங்கள் கிராமத்தில் கால்வரா அணிந்து நடப்பவர்கள் இருவர். ஒருவர் தங்கமணி டாக்டர், இன்னொருவர் தபால்காரர் ஜோசப். பெரும்பாலும் ஆண்களெல்லாம் கொழும்பு பயணிகள். கொழும்பிலிருந்து வருவதுதான் அதிகமான கடிதங்கள். கொழும்பிலிருந்து முன்பு மணியாடர்களும் வரும். ஜோசப்புக்கு முகவரிகள் அத்துப்படி. மணியாடர் பணம் உரியவர்களிடம் கொடுப்பார். சாக்குத் திரைக்குப் பின்னால் மறைவாக இருக்கும் பெண்களின் விரல் உருட்டி வாங்கி பணம் எண்ணிக்கொடுக்கும் ஜோசப்புக்குப் பெண்கள் வெள்ளம் குடிக்க காசு கொடுப்பார்கள்.

கிராமத்தில் ஜேப்பில் (சட்டைபை) மை புரண்ட சட்டை அணிந்து, அதில் பேனா குத்திக்கொண்டு திரியும் சிலரைப் பார்க்கலாம். லீக்கடிக்கும் பேனாவாக இருப்பதால் ஜேப்பில் எப்போதும் மை புரண்டிருக்கும். எழுதப்படிக்கத் தெரியாதப் பெண்களுக்குக் கடிதம் எழுதிக் கொடுப்பதையும், வந்த கடிதங்களை வாசித்துக் கொடுப்பதையும் பணியாகக் கொண்டவர்கள் இவர்கள். கடிதம் எழுதிக் கொடுப்பதற்கு ஊதியமும், அனத்திய வெள்ளமும் (கட்டன் சாயா - கருப்பு காபி)) கிடைக்கும். என்னுடைய உறவினர் சிலருக்கு அவர்கள் சொல்லித்தரும் அதே மொழியில்

சிறுவனாக இருக்கும்போது கடிதங்கள் எழுதிக்கொடுத்த அனுபவம் எனக்குண்டு. குர்ஆன் ஓதிப் படிச்ச சில பெண்கள் அரபி லிபியில் கடிதம் எழுதி அனுப்புவார்கள் பிறர் உதவி நாடாமல்.

என் வாப்பா (தந்தை) வுக்குச் சம்பை (கருவாடு) வியாபாரம். சுறாபீலி, கணவாகல்லு, சங்கு,தெரசி முள், ஆமைத்தோடு இவற்றை வாங்கி சுறாபீலி கட்டுக்குள் வைத்துச் சென்னைவழி சிங்கப்பூருக்கு அனுப்புவதுண்டு. வேறுசிலருக்கும் இதே வியாபாரம்தான். வாப்பா இரவுமன்துறை, தூந்தூர் வள்ள விளை, கொல்லுங்கோடு முதலிய துறைகளுக்குச் சென்று சிறு வியாபாரிகளிடமிருந்து கருவாடு, வாங்கி, இரண்டுமன் கொண்ட சிட்பங்களாக கட்டி தூத்துக்குடி வழி கொழும்பு கமிசன் கடைக்கு அனுப்பி வந்தது விற்று முதலுக்காக. கொழும்பில் எங்கள் கிராமத்திலுள்ள சிலருக்கு கமிசன் கடைகள் இருந்தன. சரக்கு வந்து சேர்ந்தது, விற்பனையானது, மார்க்கட் நிலையம் ஆகியவற்றிற்குக் கொழும்பிலிருந்து அனுப்பும் தந்தி தருவது குழித்துறை போஸ்டாபீசுக்கு. அங்கிருந்து ஒரு மெசஞ்சர் தந்தியைக் கொண்டு வருவார். அவருக்குக் கைமடக்குக் கொடுக்க வேண்டும். இங்கிலீசில் ஆனதால் மெசஞ்சரே வாசித்து அர்த்தம் சொல்லிக் கொடுப்பார். புதுக்கடை தபால் அலுவலகத்தில் தந்தி வசதி வந்தப் பிறகு அங்கிருந்தும் மெசஞ்சர் மூலம் தந்தி வந்து கொண்டிருந்தது. என் மூத்த சகோதரர்கள் உயர்நிலைப் பள்ளியில் படித்துக் கொண்டிருக்கும் போது அவர்களே வாப்பாவுக்குத் தந்தி வாசித்துக் கொடுப்பார்கள். இப்போது எங்கள் கிராமத்திலுள்ள தபால் அலுவலகம் தரம் உயர்ந்தப்பட்டு பஸ் நிலையத்தில் புதிய கட்டடத்தில் செயல்பட்டு வருவதால் அங்குத் தந்தி தொலைபேசி வந்து விட்டது.

கிராமத்தில் முஸ்லிம்களில் சிலருக்கு மீன்பிடி ஏத்தனமான வலையும், மடியும், வள்ளமும் உள்ளன. கடலில் வலை இறக்குவதற்கு இவர்களுக்குத் தனியாக தொழிலாளர்கள் உள்ளனர். கிருஸ்தவர்களான மீனவர்களுக்கு ஞாயிறன்று மெனக்கேடு (விடுமுறை) ஆனதால் ஞாயிற்றுக் கிழமைகளில் முஸ்லீம்கள் கடலில் வலை இறக்கி மீன் பிடிப்பார்கள். ஊரிலுள்ள முஸ்லீம் மடிக்காரர்கள் துறையிலும் வேறு ஒரு மனைவியை வைத்துக் கொள்வதில் இவர்களுடைய தாலிகட்டிய மனைவிகளுக்கும் பிள்ளைகளுக்கும் ஆட்சேபணை இருக்காது. இவர்களுடைய மடியும், வலையும் வைத்துக்கொள்வது இவர்களுடைய துறையிலுள்ள பிள்ளைகளாகும். முஸ்லீம்களுக்கும் மீனவர்களுக்குமிடையே அவ்வப்போது மோதல்கள் நடந்தாலும்,

இவர்களுடைய மீன்பிடி ஏத்தனங்களுக்கு எந்தவித சேதங்களும் ஏற்படாமல் துறையிலுள்ள பிள்ளைகள் பாதுகாத்துக் கொள்வார்கள்.

கடலில் நல்ல மீன்வாருள்ளபோது எங்கள் கிராமத்து முகச் செழிப்பைத் தரிசிக்கலாம். ஆண், பெண் என்றில்லாமல் அனைவருக்கும் வேலை வாய்ப்புச் சுறுச்சுறுப்பாக இயங்கும் மக்கள். பட்டினி எட்டி நிற்கும் நாட்கள், வறுமை மேகம் விலகிப்போகும் கிராமத்து வானம். சம்பை (கருவாடு) சிப்பம் கட்டுவதற்குத் தேவையான சாரோலைப் பாய் முடைவதில் பெண்கள் ஈடுபடுவார்கள். சில பெண்கள் மால் (தூண்டு நூல் வலை) பின்னுவார்கள். மடிக்காரர்கள் வலைகளில் ஒட்டுப்போடுவதற்கு, "மால் இருக்கா" என்று கூப்பிட்டுக் கேட்கும் சத்தம் தெருவில் முழங்கும். அந்த முழக்கம் இப்போது இல்லை.

பெண்களில் பல கைவினைக் கலைஞர்கள் கிராமத்தில் இருந்தனர். பனை ஓலையில் பலதரப்பட்ட பெட்டிகள், பாய்கள் முடைவதில் கை நேர்த்தி மிக்கவர்கள் பெண்கள். பனைக்குருத்து ஓலையை மிக நேர்த்தியாக சீவி முடைத்தெடுக்கும் பாய்கள் புதுப்பொண்ணு மாப்பிள்ளைக்குப் படுத்துறங்க வாங்கிச் செல்வார்கள். வெளி ஊர்களில் இருந்தும் வந்து வாங்குவார்கள். பனை ஈர்க்கியில் சுப்ரா (சாப்பாட்டுக்கு விரிக்கும் பாய்) வட்டமாக பின்னி எடுப்பார்கள். திருமண வீட்டு ஆடர்களுக்கு பனை ஈர்க்குடன் பல வண்ண ஜரிகை பேப்பர் இணைத்து சுப்ரா பின்னி எடுப்பது பார்ப்பதற்குக் கவர்ச்சியாகயிருக்கும். இந்த மாதிரியான பனை ஓலை கைவினை பொருட்கள் வேறெங்கும் கிடைக்காது. பத்தமடை கோரப்பாய்க்குப் புகழ் பெற்றிருப்பது போல் எங்கள் கிராமம் பனை கலைப் பொருட்களுக்குப் புகழ்பெற்றிருந்தது ஒரு காலத்தில். பிளாஸ்டிக் பொருட்கள் வந்து இவற்றின் மவுசு இல்லாமல் போனதால் அவர்களும் அந்தத் தொழிலை விட்டுவிட்டார்கள். ஒரு காலத்தில் திருவிதாங்கூர் அரண்மனைக்குப் பாய் முடைந்து அனுப்பிய விற்பன்னர்கள் வாழ்ந்து வந்த கிராமம்.

குப்பாயம் (பெண்கள் சட்டை) தைத்துக் கொடுப்பது கிராமத்துப் பெண்களின் கலையாகவும், கைத்தொழிலாகவுமிருந்தன. வெள்ளை சாட்டிங் துணியைக் கத்தியாலும் கையாலும் கிழித்துப் பெண்களின் அளவு சட்டைக்கு (டேப் இல்லாமல்) ஏற்றவாறு கையால் அளந்து தைத்துக் கொடுப்பார்கள். மணப்பெண்களின் குப்பாயங்களைப் பல வண்ண நூல்கள் பயன்படுத்தி மிகக் கவர்ச்சிகரமாகவும் உடம்புக்கு இணக்கமாகவும் பின்னிக் கொடுப்பது நுட்பமான கைவண்ணத்தைக் காட்டுவதாகயிருக்கும். குப்பாயம் தைக்கும் பெண்கள் இன்று

இல்லை. குப்பாயம் அணிவோர்களையும் பார்க்க முடியாது. சில மலையாள திரைப்படங்களில் வரும் முஸ்லிம் பெண்கள் கதாபாத்திரங்கள் அணியும் சட்டை போன்றது. முன்பு அனைத்துப் பெண்களும் குப்பாயந்தான் அணிவார்கள்.

பெண்கள் கல்யாணம் போன்ற விசேஷ வீடுகளுக்குச் செல்லும்போது உடுத்திக்கொள்வது "சாயக் கச்சமுறி" என்ற வண்ண ஆடை வெள்ளைத் துணியை வண்ணச் சாயத்தில் முக்கி எடுத்து, அதன் முந்தாணிப் பகுதியைச் சீராகவும், நீளமாகவும் அடுக்கி வண்ண நாடாக்களால் கட்டி, முனைப்பகுதியைப் பூ போல் விரித்து முன்னால் தொங்கும்படி விடுவார்கள். பெரிய இடத்துப் பெண்களால் மட்டுமே சாயக்கச்சமுறி உடுத்திக்கொள்ள முடியும். செலவு அதிகமாகும் என்பதால் ஏழைப் பெண்களால் நாலுமுழச்சாரம் கட்டிக் கொள்ளத்தான் முடியும்.

கிராமத்தில் வெளியூரிலிருந்து வழக்கமாக வருவது இரண்டு மூன்று வியாபாரிகள். ஒருவர் புத்தகக் கட்டும், கையில் புத்தகப் பையும் சுமந்துவரும் மலபார் காக்கா (அண்ணன்) இன்னொருவர், ரம்சான் நெருங்கும்போது நோம்பு காலத்தில் ஜவுளிகட்டுடன் வரும் ஜவுளி ராமன்பிள்ளை என்னுடைய நீண்டநாள் ஆசையான நிக்கர் வாங்கி மாட்டியது இவரிடமிருந்தேயாகும். கசவு (ஜரிகை) வாங்க வரும் நொண்டி செட்டியார் பலே கில்லாடி. "கசவு இருக்கா" என்று கேட்டு தெருத் தெருவாய்த் திரியும் நொண்டி செட்டியார் வருவது மீன்பாடு இல்லாத பஞ்ச நேரம் பார்த்து. செலவுக்குத் தட்டு முட்டாக இருக்கும் நேரம் பெண்கள் பட்டுச் சேலைகளின் விளிம்பிலுள்ள வெள்ளி ஜரிகைகள் கீறிக் கொடுப்பார்கள். வெள்ளி ஜரிகைகளை நூலெனச் சொல்லி ஏமாற்றி வறுமையைச் சுரண்டி வாங்கும் நொண்டி செட்டியார்.

வருடத்துக்கு ஒருமுறை அறிவு சுமந்து வரும் மலபார் காத்தாவிடம் இஸ்லாமிய மதநூல்கள், மாப்பிள்ளைப் பாடல்கள், குர்ஆன், கிஸ்ஸாக்கள் எனப் பல நூல்கள், அரபியிலும் அரபி மலையாளத்திலும் எழுதப்பட்ட நூல்கள். பெண்கள் ஆர்வமாக வாங்கி வைப்பார்கள். முகயுத்தின் மாலை, பதர்மாலை, ரிபாய் மாலை, பட்சிப்பாட்டு, பதறுல் முனீர்ஹீஸ்னுல் ஜமால் போன்றவை அதிக விற்பனையாகும். குமரிப் பெண்கள்தான் வாசகர்கள். பெண்கேட்டு வருவோர் முதலில் கேட்பது பெண்ணுக்கு மாலைப்பாட்டுத் தெரியுமா? மாலைப் பாட்டுகள் தெரியாதப் பெண்களுக்கு வரன் கிடைப்பதில் சிரமம் ஏற்படும். இந்தக் குறையை ஈடுகட்டுவதற்கு அதிக சீதனம் கொடுக்க வேண்டும்.

பெண்களுக்கு அன்று இலக்கியத்தோடு நெருங்கிய தொடர்பு இருந்ததை இது காட்டுகிறது. மாலை மயங்கிய நேரம் வீடுகளில் தனியாகவும், சிலர் ஒன்றுகூடியும் “மாலைப் பாடல்களை” இனிமையாகவும், பக்தியாகவும் தெருக்களில் செல்வோருக்குக் கேட்க முடியும். தெருவெங்கும் ஊதுபத்தி வாசனையும், குரல் இனிமையும் மனம் மயக்குவதாகயிருக்கும். இப்போது டிவியிலிருந்து ஒலிக்கும் அருவருப்பான பாடல்கள், சிறுவனாக இருக்கையில் அந்தப் பாடல்களை, (மாலைப் பாட்டுகளை) பழித்துச் சிரிப்பேன். அந்த மகத்தான இலக்கியப் படைப்புகளின் மகிமை எப்பேர்ப்பட்டதென்று இப்போது புரிய முடிந்த பிறகு, அவற்றை பெண்களின் இனிமையான குரல்வழி கேட்க முடியாத ஏமாறிய மனநிலை இன்று. சொர்க்கராகம் மீட்டிய வீணை கம்பிகள் அறுந்துவிட்டது மூலம் மகத்தானப் பல படைப்புகள் எங்கள் ஊரை பொறுத்தவரையில் மக்கள் மனத்திற்குள்ளே அழிந்துவிட்ட அவலநிலை. பிற்போக்குச் சக்திகளான சில நவீன மதவாதிகள் மதத்தின் பெயரைச் சொல்லி அவற்றை நிர்மூலமாக்கிவிட்ட வேதனை மட்டும் மிஞ்சியிருக்கிறது. மக்கள் கலை மனங்களைத் திசைத் திருப்பி ஒரு கலை வறட்சியை ஏற்படுத்திவிட்ட கொடுமை இன்று பரவலாகக் காணப்படுகிறது.

ஊரின் மேற்குத் திசையில் ஆற்றுப்பள்ளிக்கு அருகாமையில் ஒதுக்குப்புறமாகக் காணப்படுவது ஒஸாக்குடி (நாவிதர் குடியிருப்பு). இவர்கள் ஊர் குடிமக்கள், ஆண்கள் ஊரிலுள்ள முஸ்லீம்களுக்கு மட்டும் சவரம் செய்வார்கள். மாற்றுமத மக்களுக்குச் சவரம் செய்யக்கூடாது என்பது ஊர்க் கட்டுப்பாடு. சலூன் கடைகள் அன்று இல்லை. துருப்பிடித்த தகரப் பெட்டியும் தூக்கித் தெருத்தெருவாய் அலைவார்கள். நித்திய வறுமையில் செத்துப்பிழைக்கும் ஒரு விளிம்புநிலை மக்கள் இவர்கள். ஆண் குழந்தைகளுக்குச் சுன்னத் செய்வது, கல்யாண வீடுகளில் கசாப்புச் செய்யப்படும் ஆடுகளைத் தோல் உரித்துத் துண்டுபோடுவது போன்ற வேலைகளுக்கு இவர்களுக்குக் கிடைக்கும் ஊதியத்தைச் சமமாகப் பகிர்ந்து எடுப்பார்கள். எல்லா வகையிலும் ஊர்க் கட்டுப்பாட்டுக்குள் அடங்கி வாழ்பவர்கள். ஒஸாத்திகள் தான் ஊரில் பேறு எடுக்கும் பேத்திச்சிகள். பேறு பார்ப்பதில் சில திறமைசாலிகள் இருந்தனர். சிறு குழந்தைகளுக்கு முடி எடுப்பது, மணப்பெண்ணுக்கு முகத்தில் பால் தடவி முகம் மினுக்குவது (ஒப்பனை - முகத்திலுள்ள புச்சி முடிகளைக் களைவது) போன்றவை ஒஸாத்திகளின் வேலைகள்.

கிராமத்தில் ஒரு வாய்வழி கதை நிலவியிருந்தது. பிரசவம் எடுப்பதில் திறமைசாலியான ஆவுனாம்மா என்றொரு ஒஸாத்தி இங்கு இருந்தாள். ஒரு பெண்ணுக்குக் கடுமையான பிரசவ வலி. நடுசாமத்தில் அவள் கணவன் வந்து வாசலில் தட்டிக் கூப்பிட்டால் -“ஆவுனாம்மா... ஆவுனாம்மா” நடுச்சாமத்தில் கூப்பிடுதல் கேட்டுப் பதறி எழும்பி வாசல் திறந்தாள் யாருக்காவது பேற்றுவலி வந்திருக்கும்.

“என் பெண்டாட்டி பேந்து நோவால் துடிக்கிறாள் உடன் வா...!” துணைக்கு வேறு பெண்களைக் கூப்பிடுவதற்குப் பக்கத்து வீட்டுக் கதவைத் தட்டுவதற்கு முயன்ற அவளைத் தடுத்தான், “நீ உடன் புறப்பட்டு வா” பொறுமை இருக்கவில்லை, வந்தவருக்கு.

அவள் புறப்பட்டாள். அவனிடம் கண்களை மூடச்சொன்னான். அவன் கண்களை மூடினான், நிமிடம் கொண்டு திறக்கச் சொன்னாள். திறந்தாள். அவள் நிற்பது ஒளிமயமான அழகிய ஒரு அரண்மனையில் முன்பு பார்த்திராத இடம். அதிர்ச்சியில் உறைந்து நின்ற அவள் பிரசவ அறைக்கு அழைத்துச் செல்லப்பட்டாள். தேஜஸ்ஸான ஓர் இளம் நங்கை பிரசவ வலியால் துடிதுடிப்பதைக் கண்டதும் சற்றும் சுணக்கமின்றி அந்த நங்கையின் முன் முட்டு ஊன்றி உட்கார்ந்து சாதுரியமாகக் குழந்தையை வெளியே எடுத்தாள். முத்தாளியைவிட ஒளி நிறைந்த ஆண் குழந்தை.

தான் அழைத்துவரப்பட்டது ஏழாம் கடலுக்கு அப்பாலுள்ள (ஜின்களின்) உலகத்திற்கென்று அவளுக்கும் புரிந்துவிட்டது. திகைப்போடுச் சுற்றும் பார்த்தாள்.

மகிழ்ச்சியில் திளைத்துப்போன கணவன் ஜின் அவளுக்கு ஓர் ஊசியைக் கொடுத்துவிட்டுச் சொன்னது. “யாரிடத்திலும் இதைக் காட்டக் கூடாது. இங்கு வந்ததையும் சொல்ல வேண்டாம். 40 நாட்கள் வெளியே எடுக்காமல் உமிக்குள் மறைத்துவைக்க வேண்டும். 40 நாட்களுக்குப் பின் எடுத்துப் பார்த்தால் கட்டித் தங்கமாய் மாறியிருக்கும்” என்று சொல்லி, கண்களை மூடச் சொன்னபடி மூடினாள். நிமிடத்திற்குள் திறக்கச் சொன்னபடி திறந்தாள். நொடியிடையில் ஏழுகடல் தாண்டிவிட்டுக் களத்தில் வந்து நின்றாள். கணவன் ஜின்னைக் காணவில்லை. மூஞ்சுக் காட்டாமல் விரித்துப்போட்டிருந்த பாயில் வந்து சுருண்டாள். விரல் மடக்கி நாட்களை எண்ணிக்கை எடுத்தாள். எண்ணிக்கை தப்பிவிட்டது. 39-வது நாள் ஊசியை உமிக்குள்ளிருந்து வெளியே எடுத்துவிட்டாள். ஏமாந்துபோன ஒஸாத்தி ஆவுனாவும்மா

அதைப் பார்த்ததும் மயக்கமிட்டுத் தரையில் விழுந்தாள். அது கரிக்கட்டையாக இருந்தது. சங்கதி வெளியானபோது பெண்கள் கண்டமேனிக்கு ஏசினார்கள். "பொலடியாழுக்கு ஒரு நாள் கூட பொறுக்கப்படாதோ"

ஜின்னுக்குப் பேறெடுத்த ஒஸாத்தி ஆவுனாவும்மாவின் பின் வாரிசுகளும் பேறு எடுப்பதில் கெட்டிக்காரிகளாகத் தானிருந்தார்கள். மருத்துவமனைகளின் பெருக்கத்தால் அவர்களின் கைகள் பேறு எடுப்பதை மறந்துவிட்டன. இன்று பேறெடுக்கத் தெரிந்தவர்கள் கிராமத்தில் யாரும் இல்லை.

விலங்கில் பூட்டப்படாமலே விலங்கில் அடிமைகளாக கிடந்த ஏழ்மையில் துவண்ட "ஒஸாமார்க்களுக்கிடையே தங்கள் பிறப்புரிமை பற்றிய விழிப்பு ஏற்பட்ட நேரம் பஞ்சாயத்துத் தேர்தல் வந்தது. நிலபிரபுக்களான முதலாளிமார்களுடைய கட்டுக்கடங்காமல், அவர்கள் சார்பாக நிப்பாட்டிய வேட்பாளருக்கு எதிராக இவர்கள் ஓட்டுபோட்டு எதிர் வேட்பாளரை வெற்றிபெற வைத்து ஒரு புரட்சி செய்தார்கள். முதலாளிகளும் ஊர் நிர்வாகமும் சிறுபான்மையினரான ஒஸாமார்களுக்கு எதிராக செயல்பட்டனர். அவர்களுக்குக் கொடுத்து வந்த சலுகைகள் நிப்பாட்டப்பட்டன. ஊர் மக்கள் ஒஸாமார்களிடம் (சவரம்) செய்வதற்கு விலக்கு ஏற்படுத்தப்பட்டது. ஒஸாக்குடியில் பட்டினி மேய்வதைக் கண்டு மகிழ்ந்த முதலாளிகள் வெளியூரிலிருந்து இரண்டு ஒஸா குடும்பத்தை வரவழைத்துக் குடியமர்த்தினார்கள். புதிய ஒஸா, பழைய ஒஸா என்று இரண்டு பிரிவு. பெரும்பான்மையினர் ஊர்க் கட்டுப்பாட்டிற்கு இணங்கி புதிய ஒஸாமார்களிடம் சவரம் செய்தனர். ஒருசில இடது சிந்தனையாளர்கள் மட்டும் ஊரைமீறி பழைய ஒஸாமார்களிடம் சவரம் செய்தனர். வயிற்றில் அடிக்கப்பட்டதால் ஏழை ஒஸாமார்கள் பட்டினிக் கோலங்களாகத் திரிந்தார்கள். இந்நிலையில் ஒஸாக் குடியில் ஒரு குழந்தை இறந்துவிட்டது. அடக்கம் செய்வதற்கு கபுர்ஸ்தானில் ஊர் குழிவெட்டி குழிவெட்டுவதற்கு மறுத்துவிட்டதால் சில இடது சாரி இளைஞர்கள் முன்வந்து குழி எடுத்து அந்தக் குழந்தையை நல்லடக்கம் செய்தனர். நிலை இப்படியே நீடிக்குமானால் தங்கள் வாழ்க்கையே நாறிப்போகுமென்ற அச்சத்தில் பெரும்பான்மையினர் வேறு ஊர்களுக்குக் குடிபெயர்ந்தனர். போக்கிடமில்லாதவர்களில் சிலர் இங்கேயே மாண்டனர். எஞ்சிய ஒரு சிலர் இன்று ஊர்க் கட்டுப்பாட்டில் இல்லை. அடிமைகளாகவும் இல்லை. பிள்ளைகள் வளைகுடா நாடுகளுக்கு விமானம் ஏறினார்கள். இன்று

அவர்களிடையே செழுமைக் காணப்படுகிறது. சுய விடுதலைப் பெற்ற ஓர் இனம் - முஸ்லிம்கள்.

ஊரிலுள்ள ஒருசில நிலபிரபுக்களிடம் பள்ளிவாசல் நிர்வாகம் இருந்து வந்தது. அவர்கள் முதலாளிகள் என அழைக்கப்பட்டனர். சட்டம் இயற்றுவதும் அதை நடைமுறைப்படுத்துவதும் அவர்களே. அவர்களை மீறி எதுவும் ஊரில் நடக்காது. அவர்கள் குட்டி ராஜாக்கள். ஊருக்குள் ஏதாவது குற்றச்செயல்கள் நடந்தால் குற்றவாளியைப் பிடிப்பதற்கு போலீஸ்காரர்கள் அணுகுவதும் முதலாளியை. குற்றவாளியின் பெயரை முதலாளியிடம் சொன்ன உடன் தன்னுடைய ஏவலாட்களை அனுப்பி, 'அவன புடிச்சுட்டு வாடா' என்று உத்தரவு போடுவார். வர மறுப்பானேயானால் பலவந்தமாகப் பிடித்துக் கட்டி முதலாளி முன் நிப்பாட்டப்படுவான். முதலாளியின் கையாலே குற்றவாளி போலிசாரிடம் ஒப்படைக்கப்படுவான். இந்த முதலாளி குடும்பத்திலுள்ள பின்வாரிசில் ஒருவர் போஸில் இருந்து சில ஆண்டுகளுக்குமுன் மறைந்தார்.

இந்த முதலாளிமார்களுடைய விருப்பத்திற்கு எதிராக ஊருக்குள் செயல்பட்டாலோ, செயல்படுவதாக தோன்றினாலோ அவர்கள் பழி வாங்கப்படுவார்கள். பழி வாங்கலுக்குப் பல வடிவமிருக்கும். சிலர்மீது செய்யாத குற்றங்கள் சுமத்தி, தண்டனை என்ற பெயரில் அவர்களுடைய சொத்துக்களைத் தங்கள் பெயருக்கு எழுதிவாங்கும் அநியாயச் சொத்துக் குவிப்பு.

தோப்புப் பிடாகையில் உள்ள என் பாட்டனார் அவர் காலத்திலும், என் தகப்பனார் அவருடைய காலத்திலும் இந்த முதலாளிகளுடைய அதிகாரங்களைக் கேள்வி கேட்பவர்களாக இருந்தனர். இவர்களுடைய கட்டளைகளை மீறினர். நெடுநாட்களாக பகையைக் கன்னத்தில் ஒத்திக்கொண்டிருந்த முதலாளி ஒருவர் எங்கள் குடும்பத்தின் மீதான அவருடைய பகையைச் சிந்துவதற்குத் தருணம் பார்த்துக் கொண்டிருக்கையில் ஊரில் ஒரு பெண் கொலை செய்யப்பட்டாள். உயர் முஸ்லிம்கள் வாழும் பள்ளிப் பிடாகையையும், வேற்று மதஸ்தர்களும் முஸ்லிம்கள் கடந்து வாழும் தோப்புப் பிடாகையையும் பிரிக்கும் எல்லைக் கல்லான குத்துக் கல்லுக்கருகாமையிலுள்ள புலவர் வளாகத்தில் என் சிறிய தகப்பனாரின் வீடு. அந்த வீட்டிலிருந்து குரல் கேட்கும் தொலைவிலுள்ள ஒரு பெரிய தோப்பில் கொலை செய்யப்பட்ட பெண் தனியாக தங்கி வந்தாள். அண்டை வீட்டுக்காரன் என்பதால் கொலைப்பழி என் சிறிய தகப்பனார்

மீது சுமத்தப்பட்டது. கொலைக்குத் தூண்டியவர் யாரென்றும் கொலை செய்தவர்கள் யாரெல்லாமென்றும் ஊரில் சிலருக்குத் தெரியாமலில்லை. தெரிந்தவர்களுக்கு வெளியே சொல்வதற்கான துணிச்சல் இல்லாமலிருந்தது. போலிஸ் வேட்டையாடலில் ஊரே நடுங்கிபோயிருந்தது. ஊரையே நடுநடுங்க வைத்த கொலை. ஊரில் நடந்த முதல் கொலை. கொலை செய்யப்பட்ட பெண் ஈழவ சமுதாயத்தைச் சேர்ந்தவள். தோப்புப் பிடாகையில் அன்று நெசவாளர்களான ஈழவர்கள் கணிசமான மக்கள் தொகையினராக இருந்தபோதும் அவர்களிடையே இந்தக் கொலைக்கு எந்தவித எதிர்வினைகளும் இருந்ததாகத் தெரியவில்லை. காரணம் நெடும்பனையாக முன் நிற்கும் முதலாளி.

கொலை செய்யப்பட்டப் பெண் "மஞ்சக் குளிச்சாள்" என்ற பெயரில் அறியப்பட்டவள். அவளுடைய நிஜமான பெயர் தெரியவில்லை. கணவனால் கைவிடப்பட்டவர். வாரிசு இல்லை. வட்டித் தொழில் செய்து வந்ததாகக் கேள்வி. ஏராளம் பணம், நகை (அடகு நகை), அவள் உடம்பிலும் நிறைய நகைகள். காதில் கொருகி ஆடும் தங்க பாம்படம். அழகானவள். பெரும் திருடர்களான நாக்கனும் மூக்கனும் ஊரில் திருட இறங்கியிருக்கும் செய்தி அவள் காதுக்கு வந்ததும் நகைகளையும், பணத்தையும் முதலாளியிடம் பாதுகாப்புக்காக வைக்கக் கொடுத்தாள். முதலாளிக்கும் அவளுக்கும் இடையே பாலியல் உறவு இருந்து வந்தது வெட்ட வெளிச்சம். முதலாளி வீட்டுக்குச் செல்வோர் முதலாளி முன் உட்கார மாட்டார்கள். ஆனால் அவளுக்கு முதலாளி வீட்டில் உட்கார்வதற்கு உட்கார்பலகை போடப்படும். இருவரும் தமாஷ் பேசி உடல் குலுங்க சிரிப்பது வழக்கம். அன்று நாலுபேர்கேட்க தமாஷ் பேச்சுக்கிடையில் முதலாளிக்கு ரசிக்காத ஒரு விடுவாக்கு அவள் வாயிலிருந்து அவளைத் தெரியாமலே வந்துவிட்டது. கேட்டதும் முதலாளிக்கு அதிர்ச்சி. இவளை இனி உயிரோடு வைத்திருப்பது தன்னுடைய கிரீடம் தெரிந்துபோவதற்குக் காரணமாகிவிடும் என்று எண்ணிய முதலாளி உடனே இருவரை கட்டம் கட்டினார் அவளைக் கொலை செய்வதற்கு. பெரும் மழைக் கொட்டிய குரலில் ஆழ்ந்த நித்திரையிலிருந்த அவளை வீடு புகுந்து இருவரும் அவள் கழுத்தை நெரித்துக் கொலை செய்துவிட்டு, சடலத்தை நாலுகட்டு முற்றத்தில் வாரித்தண்ணீர் வடிந்து நிரம்பிய குளம்கட்டிய தண்ணீரில் போட்டுவிட்டனர். சடலம் ஊதிப்போய் வீக்கம் வைத்தப் பிறகு தான் ஊரார் தெரிந்தனர். அவள் உடம்பில் கிடந்த நகைகளில் ஒரு பொட்டுக்கூட திருடப்படவில்லை. இந்தக் கொலைப் பழியை

ஏதும் தெரியாத நிரபராதியான என் சிறிய தகப்பானர் மீது போட்டு முதலாளி வஞ்சம் தீர்த்தார்.

கொலையாளிகளில் ஒருவரை என் இளம் வயதில் நான் பார்த்திருக்கிறேன். எங்கள் தென்னந்தோப்பில் தேங்காய் வெட்டும் காலத்தில் தேங்காய்ச் சுமப்பதற்கு அவர் வருவார். கொலையைப் பற்றி கேட்டால் சிரிப்பார்.

நேர்மையாளரும் திறமைசாலியுமான ஞானமுத்தன் என்ற போலீஸ் உயர் அதிகாரியின் ஒரு வருடகால புலன் விசாரணையில் என் சிறிய தகப்பானர் நிரபராதி என்று தெரிந்தும், போதிய சாட்சிகள் இல்லாததாலும் அந்தக் கொலை வழக்குத் தள்ளப்பட்டது. இதைத் தொடர்ந்து அவளுடைய சமுதாய மக்கள் ஒவ்வொருவராக இடம் பெயர்ந்து போயினர். அவர்கள் விட்டுச் சென்ற வீடுகளில் முஸ்லிம்கள் குடியேறினர். இவர்களைத் தொடர்ந்து தட்டார்களும் குடிபெயர்ந்தனர். இன்று தோட்டிப்பிடாகை முழுவதும் முஸ்லீம்களின் குடியேற்றப் பகுதியாகிவிட்டது.

நிலபிரபுத்துவத்திற்கும் முதலாளித்துவத்திற்கும் சாவு மணி அடித்தபின் இப்போது பள்ளிவாசல் நிர்வாகம் ஜனநாயக முறையில் மக்களால் தேர்ந்தெடுக்கப்பட்ட ஆட்சிக்கு முதலிடத்தில் இருந்து வருகிறது. இந்தக் காலமாற்றத்திற்கு ஏறத்தாழ 75 ஆண்டுகளுக்கு மேல் தேவைப்பட்டது.

எங்கள் ஊரின் முக்கிய அடையாளமாகவும், முகமுத்திரையாகவும், பெருமையாகவும் திகழ்வது மாலிக் ஜிப்னு தீனார் பள்ளிவாசல். 1400 ஆண்டுகளுக்கு முன் இஸ்லாம் இங்குப் பரவி விட்டிருந்ததற்குப் பழமைமிக்க இந்த இறை இல்லம் சாட்சி. இதை வலியப்பள்ளி என்று அழைப்போம். சித்திர வேலைப்பாடுகள் நிறைந்த பெரிய கருங்கற்களால் மிக அழகிய முறையில் கட்டப்பட்டது. இஸ்லாத்தின் துவக்க காலத்தில் அரேபியாவிலிருந்து மாலிக் ஜிப்னுதினார் தலைமையில் 40 பேர்கொண்ட (எல்லோரும் அவருடைய உறவினர்) ஒரு மதப்பிரச்சாரக் குழு, மதப்பிரச்சார நோக்கத்தோடு இஸ்லாத்தை ஏற்றுக்கொண்ட மேற்குக் கிழக்குக் கடலோரப் பகுதி முஸ்லிம்கள் வாழும் இடங்களில் 19 பள்ளிவாசல்கள் கட்டினார்கள். அவற்றில் ஒன்றுதான் எங்கள் வலியப்பள்ளி. 19 பள்ளிவாசல்களில் வடிவமைந்தது இது மட்டுமே. அந்த தூவக்குழுவில் வந்த ‘உபைதத்’ என்பவருடைய மேற்பார்வையில் வேணாட்டுத் திருவடி (மன்னர்) வழங்கிய நிலத்தில் நிர்மாணிக்கப்பட்டது. பள்ளிவாசலைத் திறந்து முதல்

குத்துபா (சொற்பொழிவு) ஓதி வெள்ளிக்கிழமை முதலில் தொழவைத்தவரும் அவரேயாகும். இது தொடர்பான ஒரு முக்கிய ஆவணம் எங்கள் பள்ளிவாசலில் காலம் காலமாக பாதுகாத்து வரப்பட்டது. அண்மைக் காலத்தில் அது காணாமல் போய்விட்டதாகப் பள்ளிவாசல் நிர்வாகம் கூறியது வியப்பாகவே இருக்கிறது.

அன்று இந்தப் பள்ளிவாசலின் சுற்றுப்புறத்தில் முஸ்லிம்களின் குடியிருப்புகள் அமைந்திருந்தன. ஒரு காலனியாக தங்கள்மார்கள், நிலபிரபுக்கள், வள்ளத்தொழிலாளர்கள், கடல் தொழிலாளர்கள், நாவிதர்கள், லப்பைகள் எல்லோரும் இந்தப் பள்ளிவாசலைச் சுற்றிக் குடியமர்த்தப்பட்டனர். தொழிலாளர்கள் தங்கும்பகுதி 'செட்டுக்கரசு குடியென்றும், நாவிதர்கள் தங்கும் பகுதி ஒஸாக்குடியென்றும், வள்ளத் தொழிலாளர்கள் தங்குமிடம் வள்ளக்கார செட் என்றும் இவை பிரித்து அழைக்கப்பட்டன. நிலபிரபுக்களுடைய வீடுகளை முதலாளி வீடென்றும், புதியவீடு, புத்தன் வீடு, கல்லறைக்கல் வீட்டு முதலாளி என்றெல்லாம் தனித்தனியாக அழைக்கப்பட்டன. தங்கள்ளின் குடியிருப்புகளைத் தங்கள் வீடு என்றும் அழைக்கப்பட்டன. இந்த உயர் மக்கள் வாழ்ந்த 'பகுதி' பள்ளிப் பிடாகை என்றும் அறியப்பட்டது.

கிராமத்தின் கண்ட மத்தியில் இருகுத்துக் கற்களும் அதை ஒட்டி ஒற்றைப் பனைமரம் ஒன்றும் நின்றிருந்தது எனக்கு நல்ல நினைவு. பள்ளிப்பிடாகையையும், தோப்புப்பிடாகையையும் பிரிக்கும் எல்லை இவைதான். மேற்குப்பகுதி பள்ளிப்பிடாகை, கிழக்குப் பகுதி தோப்புப்பிடாகை. தோப்புப்பிடாகையில் நெசவாளர்களான ஈழவர்களும், பொற்கொல்லர்களான தட்டார்களும் வாழ்ந்திருந்தனர். இவர்களுடைய குடியிருப்புப் பகுதிகள் ஈழக்குடியென்றும், தட்டாக்குடி என்றும் அழைக்கப்பட்டன. ஈழவர்களும், பொற்கொல்லர்களும் இடம் பெயர்ந்து போனாலும் அந்தப் பெயர்கள் இன்றும் நிலைத்திருக்கின்றன. ஈழவன் விளாகம் செய்து, தட்டாக்குடி அலி (பெயர்கள் கற்பனை) என்று பொற்கொல்லர்களின் சுடுகாடு தோப்புப் பிடாகையின் கிழக்குக் கடைசியில் AVM கனால் கரையை ஒட்டியிருக்கிறது. எங்கள் வீட்டிலிருந்து பார்த்தால் தங்குதடையில்லாமல் சுடுகாடு தெரியும். சடலத்தை எரிக்கும் புகை காற்று வாக்கில் எங்கள் வீட்டு அடுக்களையில் வருவதை நாங்கள் முகர வேண்டிய நிலையிலிருந்தோம். நான் சிறுவனாக இருந்தபோது பார்த்தத் தட்டார்களும், ஈழவர்களும், காவதிகளும் அவர்களுடைய பின்வாரிசுகளும் இன்று அவர்களுடைய பூர்வீக பூமியில் இன்று

இல்லை. தட்டார்களுடைய ஒரு முத்தாரம்மன் கோயில் மட்டும் இருக்கிறது. ஈழவர்களுக்கும் காவதிகளுக்கும் தனிக் கோயில்கள் இல்லை. இடம் பெயர்ந்து மாற்று ஊர்களுக்குச் சென்ற தட்டார்கள் கொடை நாட்களில் வந்து இன்றும் சிறப்பாகக் கொடை நடத்தி வருகிறார்கள். அவர்கள் இங்கு வாழ்ந்திருந்த காலம்வரை முஸ்லிம்களோடு சகோதரப் பாசத்தோடு பழகி வந்தனர்.

தோப்புப்பிடாகையின் கடைசிப் பகுதியான தோப்பில் எங்கள் தகப்பனாருடைய பாட்டனார் 'மலுக்கு முகம்மது' என்பவர் இணையம் என்ற கிராமத்திலுள்ள புன்னைவிளையிலிருந்து வந்து முதலில் குடியேறினார். அந்த இடம் அகம்மது குடியிருப்பு என்றும் தைப்பனை வளாகம் என்றும் முன்பு அறியப்பட்டது. அவரைத் தொடர்ந்து புலவர் நாகூர்க்கண்ணு என்பவர் இந்தப் பகுதியில் குடியேறினார். என் தகப்பனார் ஒரு கொல்லபட்டறை இருந்த இடத்தை விலைக்கு வாங்கி அங்கிருந்த பழைய வீட்டில் கொஞ்ச காலம் தங்கிய பின் அதே இடத்தில் பெரிய நாலுகட்டு வீடு (மரத்தால்) கட்டினார். பழைய வீட்டில் தங்கியதும், நாலுகட்டு வீடு பணி செய்ததும் எனக்கு நல்ல நினைவு. திருவாங்கூர் திவானாக இருந்த ராஜா தேஸலதாஸ் என்பவர், அவர் முன்பு வேலை செய்த முதலாளியான பூவார் போக்குமுஸா அவர்களுக்குத் தேங்காய்ப்பட்டணத்தில் கட்டிக்கொடுத்தப் புத்தம்வீட்டை வாங்கி அந்த மரத்தால் கட்டியதுதான் எங்கள் வீடு. சித்திரப் பணிகள் நிறைந்த அதிலுள்ள மரங்கள் இப்பவும் என் வீட்டில் இருக்கிறது. முன்பு எங்கள் வீட்டுப்பெயர் கொல்லக்குடி என்பதாகும். அந்தப் பெயர் நாளடைவில் மறைந்து இப்போது 'தோப்பு' என்றாகிவிட்டது. என் பெயருக்கு முன்னால்வரும் 'தோப்பு'.

தோப்புப்பிடாகையில் வாழ்ந்திருந்த மக்களை அன்று பள்ளிப்பிடாகையில் உள்ளவர்கள் மிக இழிவானவர்களாகக் கருதினார்கள். அன்றுத் திருமண உறவுகள்கூட இருந்ததில்லை என்று சில முதியோர்கள் சொல்லிக் கேள்விப்பட்டிருக்கின்றேன். குத்துக்கல்லுக்குக் கிழக்கிலுள்ளவர்களைத் திருமணத்திற்கும் அழைப்பதில்லையாம். இன்று அந்த நிலமை அறவே மாறிவிட்டது.

எங்கள் ஊரில் பெரும் புலவர்கள், ஞானிகள், இசை வல்லுநர்கள் எனப் பல மேதைகள் வாழ்ந்திருந்தனர். அவர்களில் குறிப்பிட்டுச் சொல்ல வேண்டியவர்களில் முக்கியமான புலவர் குஞ்சு மூஸா கவிராயர். 'செய்தத்' என்ற ஒரு பெண்மணியைப் போர்நடத்திச் செல்லும் படைத் தலைவியாக வைத்துத் தமிழில் முதன் முதலாக 'செய்தத் படைப் போர்' என்றொரு போர் இலக்கியம் படைத்த

பெரும்புலவர் குஞ்சு மூஸாப் புலவர். இஸ்லாமிய இலக்கிய வட்டத்தில் நன்கு அறியப்படும் மேதை. பூவாரில் திருமணம் செய்து கொண்டதால் இவரை பூவாரிலுள்ளவரென்று குறிப்பிடுவது முற்றிலும் தவறாகும். இவரது குருநாதர் காயல்பட்டணத்தைச் சேர்ந்தவரான காசிம் புலவராகும். இவருடைய காலத்தில் இங்கு வாழ்ந்திருந்த மலையாளம் வாலகவிப் புலவர் இயற்றிய 'சனி எண்ணெய்' புகழ்பெற்ற பாடலாகும். இவருடைய பாடலில் தேங்காய்ப்பட்டணத்தைக் 'குழந்தையூர்' என்ற சிறப்புப் பெயரால் குறிப்பிட்டுள்ளார். இவருடைய நூல்கள் அச்சேறியதாகத் தெரியவில்லை. ஆனால் குஞ்சுமுஸா கவிராயருடைய அனைத்து நூல்களும் அச்சேறின. அண்மையில் மறைந்த அரிக்கடை பீருக்கண்ணு ஆசான் என்பவர் ஒரு மாப்பிள்ளைப் பாட்டுக் கவிஞர். ஏராளம் மாப்பிள்ளைப் பாட்டுகள் இயற்றியுள்ளார். இவருடைய பாடல்களுக்கு இசை அமைப்பது இசை இயக்குநராகயிருந்த நூக்கண்ணு ஆசான் என்பவர். இவ்விருவரையும் நான் பார்த்திருக்கிறேன். நூக்கண்ணு ஆசானுடைய வீட்டில் பல இசைக் கருவிகள் இருந்ததையும் பார்த்திருக்கிறேன். அரிக்கடை பீருக்கண்ணு ஆசான் இயற்றிய மாப்பிள்ளைப் பாட்டுகள் அச்சேறாமல் அழிந்து போயின. அவற்றைப் பாடத் தெரிந்தவர்களில் யாரும் இன்று உயிருடன் இல்லை. மறைந்த திரைப்பட இசை அமைப்பாளர் சிதம்பரநாதன் நூக்கண்ணு ஆசானிடமிருந்து சங்கீதம் கற்றவர் என சொல்லப்படுகிறது. இவருக்குச் சொந்தமான மீன்பிடி வலையும், மடியும், கடல் வள்ளமும் இருந்தன.

இசைக் கருவிகள் இயக்குவதில் கைதேர்ந்த ஒரு மகா வித்வான் இருந்தார். பெயர் செய்து முகம்மது. - ஹார்மோனியம் போன்ற இசைக் கருவியினைத் தன்னந் தனியாக அமர்ந்து அவருக்கு மட்டும் கேட்டு ரசிக்கும்படியாக வாசித்துக் கொண்டிருப்பார். பிறர் கேட்பதை விரும்பமாட்டார். யாரும் கேட்டதாகத் தெரியவில்லை. கற்றக் கலையை யாருக்கும் சொல்லிக் கொடுக்கவுமில்லை. நான் சிறுவனாக இருக்கையில் இசை மீதான ஆர்வத்தில் அவருடைய வீட்டுக்குச் செல்வது வழக்கம். என்மீது அவருக்கு ஒரு தனி அன்பு. என்னைத் துரத்திவிடமாட்டார். என் முன்னிலையில், தன்னை மறந்த நிலையில் ஒவ்வொரு கருவியாக எடுத்து வாசிப்பார். அந்த ஆனந்த ராகம் கேட்டு அப்படியே சொக்கி உட்கார்ந்துவிடுவேன். அந்த இசை மேதையின் மகத்துவம் வெளி உலகம் தெரியாமலேயே அவருடைய இறப்போடு, அவர் மீட்டிய இனிய ராகம் காற்றோடு போய்விட்டது. யாருக்கும் பயன்படாத ஒரு இசை பிரபஞ் சமாயிருந்தது அவருடையது.

கலைகள் வளர்த்த ஊர் எங்களுடையது. பிரபல்யமான 'அறவணா' (வட்டமான கொட்டு) என்ற கலை வடிவம் இங்குப் புகழ் பெற்றது. இதை நிகழ்த்தும் பல கலைஞர்கள் இங்கு வாழ்ந்திருந்தனர். அரிக்கடை பீருக்கண்ணு ஆசான் இயற்றிய பாடல்களுக்கு நூக்கண்ணு ஆசான் மெட்டு அமைத்துக் கொடுக்கும் பாடல்களைப் பாடி, அதற்கேற்ப தாளம் கொட்டி அறவணா கலையை நிகழ்த்துவார்கள். தனித்தனி அறவணா குழுக்கள் உள்ளன. இது "வட்டப்பாட்டின்" வேறு ஒரு வடிவமாகும். இரு அணிகளாக நின்று, ஆசானுடைய பாடல் ஒலிக்கு ஏற்றவாறு காலால் தாளம் சவுட்டி நின்றும் நடந்தும் வட்டமாக நின்றும் கொட்டி பார்ப்போரை மகிழ்விப்பார்கள். மணமகன், மணமகள் வீட்டுக்கு ஊர்வலமாக செல்லும்போது ஊர்வலத்தின் முன்னால் அறவணா கொட்டிச் செல்வார்கள். மணமகள் வீட்டிலும் மணமகன் முன்னால் இவர்கள் உட்கார்ந்து இந்தக் கலையை நிகழ்த்திக் காட்டுவார்கள். பார்வையாளர்கள் சிலர் ஆசானுக்குச் சால்வை போடவோ, பணம் கொடுக்கவோ செய்வதுண்டு. மக்களிடையே பெரும் வரவேற்பைப் பெற்றிருந்த இந்தக் கலை மறைந்துவிட்டது. ஆசான்களோ அறவணா கொட்டிப் பாடத் தெரிந்த கலைஞர்களோ இன்று இல்லை. கவர்ச்சிகரமான இந்தக் கலையில் ஓர் இரசிகனாக இருந்தேன் சிறுவயதில் நான்.

சீனாடி விளையாட்டுக் கலை இங்குப் பிரபலமானது. தற்காப்புக் கலையான அடிமுறை முறையோடு சேர்ந்ததாகவும் இது ஒரு தனிக் கலையாக விளையாடப்பட்டு வந்தது. மணமகன் ஊர்வலத்தின் போதும், பெருநாள்களுக்கு முந்தைய இரவுகளிலும் சீனாடி விளையாட்டும், சிலம்பாட்டமும் ஒரு முக்கிய சிறப்பு நிகழ்வாக இடம் பெற்றிருந்தது. சீனாடி ஆசான்களுக்கு தனி மவுசும் மதிப்பும் கிடைத்திருந்தது அன்று. இன்று ஊரில் ஆசான்களே இல்லாத பஞ்சம், தற்காப்புக் கலையான அடிமுறைகள், வாள்வீச்சு போன்ற போர்ப் பயிற்சிகள் பயிற்றுவிக்கும் களரிகள் முன்பு இருந்தன. பயிற்றுவிக்கும் ஆசான்களும் இருந்தனர். வைத்தியர்கள், வர்மாணிகள், பயில்வான்கள் எனப் பலர் இங்கு வாழ்ந்திருந்தனர். கடற்கரையில் கோதா அமைத்து அடிக்கடி குஸ்திபோட்டி நடந்து வந்தது. கால அலைகள் எல்லாவற்றையும் அடித்துச் சென்று அழித்துவிட்டன. கலை வறட்சியான ஒரு மொட்டை கிராமமாக மாறிவிட்டது எங்கள் கிராமம். இப்பொழுது பல தலைமுறைகளுக்கு முன் எங்கள் சின்னஞ்சிறுக் கிராமம் ஒரு அறிவு மையமாக நாடறியத் திகழ்ந்திருந்தது. இஸ்லாம் மத உயர் கல்வி கற்பிக்கும் கல்வி நிலையம் (தர்ஸ்) ஒன்று இங்குச் செயல்பட்டுக் கொண்டிருந்தது. தொலைவிடங்களிலிருந்து பல மாணவர்கள் இங்கு வந்து மதக்

கல்வி பயின்றனர். இங்கு கல்வி பயின்ற மாணவர்களில் சிலர் பெரும் மேதைகளாக அறியப்பட்டார்கள். கேரளாவில் முஸ்லீம்கள் மத்தியிலும், முஸ்லீம் அல்லாதவர்கள் மத்தியிலும் புகழ்பெற்றதும், முஸ்லிம் வீடுகளில் இன்றும் பாடிவருவதும், மாப்பிள்ளைப் பாட்டுகள் கருத்தரங்குகளில் முக்கிய விசயமாகப் பேசப்பட்டு வருவதுமான முதல் மாப்பிள்ளைப் பாட்டான "முகியுத்தீன் மாலை" யின் ஆசிரியர் காழி முகம்மது இந்தக் கல்விக் கூடத்தில் கோழிக் கோட்டிலிருந்து (450 கி.மீ) வந்து கல்வி கற்றவர் என்பது வரலாறு. இவருடைய காலம் கி.பி. 1572-1616.

எங்கள் கிராமத்தின் புகழ் எங்கும் பரவியிருந்ததால் பல்வேறு தொலைவிடங்களிலிருந்து பல மேதைகளும், ஞானிகளும் இங்கு வருகை தருவது வழக்கம். பெரும் அரபிக்கவிஞரும் சூஃபியுமான செய்கு சதக்கத்துலா காஹிரி, மாபெரும் சுதந்திரப்போராட்ட வீரரான வெளியங்கோடு உமர்காழி பொன்னானி மஃதூம் தங்கள்கள் போன்ற மத மேதைகள் மக்களிடையே மத உணர்வு ஊட்டுவதற்கும், அந்நிய சக்திகளுக்கும் எதிராகப் போராடுவதற்கு வீரியமூட்டுவதற்கும் இங்கு அடிக்கடி விஜயம் செய்திருந்ததாக வரலாற்றுக் குறிப்புகளில் காணப்படுகின்றன. இங்கு அடையாளம் தெரியாத சில புதைகுழிகள் (கபருகள்) காணப்படுகின்றன. இங்கு வாழ்ந்திருந்தவர்களுடைய அல்லது இங்கு வருகை தந்தபோது மறைந்துவிட்ட ஞானிகளுடைய கபருகள் என்ற முன்னோர்கள் வழிவழியாகச் சொன்னச் செய்திகளுக்கு வரலாறு இல்லை.

மகாத்மா காந்திஜி பிறப்பதற்கும் நூறு ஆண்டுகளுக்கு முன் வாழ்ந்திருந்தவர்கள் வெளியங்கோடு உமர்காழி. இவர் வெள்ளையர் எதிர்ப்பாளராக இருந்தவர். 'இறைவன் படைத்தப் பூமிக்கு உனக்கு எதுக்கு வரி தரவேண்டும்' என்று அறைகூவல் விட்டு நிலவரி கொடுக்காத இயக்கம் நடத்திய பேரறிஞரும் அரபிக் கவிஞருமாவார் வெளியங்கோடு உமர்காழி. அவர் விஜயம் செய்திருந்தபோது இங்கு உள்ள மாலிக் இப்னுதீனார் பள்ளிவாசலில் மேல் மாடியில் வடபக்கச் சுவரில் ஓர் அரபிக் கவிதை எழுதிவைத்து விட்டுச் சென்றார். அண்மைக் காலம் வரை வாசிக்கும்படி தெளிவாக இருந்தது. இப்போது அதன்மீது சுண்ணாம்பு வெள்ளை அடித்ததால் வாசிக்கும்படி வெளியே தெரியவில்லை.

ஒரு நூற்றாண்டுக்கு முன்பு வரை இது ஒரு துறைமுகப் பட்டணமாக விளங்கியது. துறைமுகத்தில் கரை ஒதுக்கப்படும் மரக்கலங்களை இழுத்துக் கட்டுவதற்காக ஆற்றுப் பள்ளியின் முன் தரையில் ஆழப்படுத்தியிருந்த ஒரு பெரிய இரும்பு

வளையமும், துருப்பிடித்துப்போன ஒரு நங்கூரமும் கிடந்ததைப் பார்த்திருக்கிறேன். தூரக் கடலில் செல்லும் பாய்மரக் கப்பல்களுக்குத் திசைக் காட்டுவதற்காக முன்பு கட்டப்பட்ட கலங்கரை விளக்கத்தின் எஞ்சியப் பகுதி ஆற்றுப்பள்ளிக் கிணற்றோடு சேர்ந்து இப்பவும் காணப்படுகிறது. இந்தத் துறைமுகம் வழி, கொப்புறா, தேங்காய், தேக்கு, ஈட்டி மரங்கள், மலையில் கிடைக்கும் சில வாசனைப் பொருட்கள் ஆகியவை தொலைவிடங்களுக்கு ஏற்றிச் செல்லப்பட்டன. கொப்புறாவும், தேங்காயும் அதிக அளவு ஏற்றிச் செல்லப்பட்டிருந்ததால் தேங்காய்ப்பட்டணம் என்ற பெயர் வந்ததாக முன்னோர்கள் சிலர் சொல்லிக்கேட்ட அறிவு.

16-ஆம் நூற்றாண்டு முதற்கொண்டு இந்தச் சின்னஞ் சிறு கிராமம் ஒரு ரணபூமியாகவே இருந்ததற்குப் பல வரலாற்றுச் சான்றுகள் உள்ளன. அந்நிய ஆதிக்கச் சக்திகளுக்கு எதிராக நூற்றாண்டு காலமாகப் போராடிப் பலர் வீரத்தியாகிகளாயினர். திருவிதாங்கூருக்கு எதிராக கடல் வழி படை எடுத்து வந்த டச்சுப்படை தேங்காய்ப்பட்டணம் கடலிலிருந்து கரையைப் பார்த்தபோது திருவிதாங்கூர் யானைப்படை கரையோரம் நிற்பதைக் கண்டு மூர்க்கமாக யானைப் படையை பீரங்கி குண்டால் தாக்கினார்கள். எள்ளளவும் அசையாத யானைப் படையைக் கண்டு கரையை நெருங்கிய டச்சுப் படைக்கு ஏமாற்றமாகிவிட்டது. பீரங்கி குண்டுகள் போய் தாக்கியது கடற்கரையிலுள்ள பாறைகள் மீது. நூற்றுக்கணக்கில் குண்டு பாய்ந்து துளைத்த அந்தப் பாறை இன்றும் ஊரின் கிழக்குப் பகுதியில் குண்டுக் காயங்களுடன் காணப்படுகிறது. ‘உண்டவிட்டான் பாறை’ என்று அழைக்கப்படுகிறது.

ஏமாந்து விட்ட டச்சுப்படை கடல் மார்க்கம் கிழக்கு நோக்கி நகர்ந்து குளச்சலைத் தாக்கியது. திருவிதாங்கூர் படைக்கும், டச்சுப்படைக்கும் கி.பி. 1741இல் குளச்சலில் கோர யுத்தம் நடந்தது. தேங்காய்ப்பட்டணம் முஸ்லிம்கள் குளச்சலுக்கு விரைந்தனர். திருவிதாங்கூர் படை வெற்றியைக் கண்டது. தேங்காய்ப்பட்டணத்திலிருந்து தாய் நாட்டிற்காகப் போர் செய்யச் சென்ற வீரர்கள் 80 பேர் மடிந்து வீரத் தியாகிகளாயினர். இவ்வுண்மையை அண்மையில் திருவனந்தபுரத்தில் நடந்த ஒரு பொது நிகழ்ச்சியில் கலந்துகொண்டு திருவிதாங்கூர் ராணி கௌரி லட்சுமிபாய் தம்புராட்டி பேசினார்கள். மட்டுமல்ல, ‘கேரளா முஸ்லிம் வரலாறு’ என்ற மலையாள நூலிலும் இச்செய்தி காணப்படுகிறது.

டச்சுப்போருக்கு முன் நம் நாட்டு வளங்களைச் சுரண்டவும், மதமாற்றம் செய்யவும் நமது கடல் வாணிபத்தைத் தகர்த்து ஆதிக்கம் செலுத்தவந்த போர்த்துகீசியர்களை இம்மண்ணிலிருந்து விரட்டியடிக்க எங்கள் கிராமத்து மக்கள் நூற்றாண்டு காலமாகத் தொடர்ந்து போர் செய்து மடிந்தனர். போரில் மடிந்த போர்த்துக்கீசியர்களுடைய கல்லறைகள் இப்போது இங்குச் சிதிலமடைந்து காணப்படுகின்றன. இவர்களைப் போர் செய்யத் தூண்டியதும், ஊக்குவித்ததும் அன்று பொன்னானியில் வாழ்ந்திருந்த மதப் பேரறிஞர்களும் அந்நிய சக்திகளுக்கு விரோதிகளுமான மகுதும்களாகும். மகுதும்கள் தமிழ்நாட்டிலிருந்து பொன்னானிக்குக் குடியேறியவர்கள்.

ஏமன் நாட்டிலுள்ள ஹளர் மவுத்திலிருந்து சில அரபிக் குடும்பம் மதப்பிரச்சாரத்திற்காக 1748இல் தமிழ் நாட்டின் கிழக்குக் கடலோரப் பகுதிகளில் வந்திறங்கி, இங்கிருந்து மலபாரில் சென்று நிரந்தரமாகக் குடியமர்ந்து மதப்பிரச்சாரம் செய்தனர். அவர்களில் ஒரு பிரிவினர் அன்று பெரிய முஸ்லிம் மையமாக அறியப்பட்ட தேங்காய்ப்பட்டணத்தில் வந்து தங்கி, மக்களிடையே மத அறிவு ஊட்டவும், சில மதத் தீர்ப்புகள் (ஃபத்வா) வழங்கவும் செய்து வந்தனர். இவர்களுக்கு மக்களிடையே பெரும் மதிப்பும், மரியாதையும் இருந்து வந்தது. இங்கு உள்ள மக்களிடையே முதல் இடம் இவர்களுக்குத்தான். திருமண உறவு இவர்களுக்கிடையில்தான். கொல்லம், பொன்னானி, சாவக்காடு முதலிய கேரளா பகுதிகளில் பெண் கொடுக்கவும், எடுக்கவும் செய்து வந்ததால் வீட்டுக்குள் மலையாளமும், வெளியே தமிழும் பேசிவருகின்றனர். இவர்களை நாங்கள் 'தங்கள்' என்று மரியாதையுடன் அழைப்போம். இவர்களுடைய பெயர்களின் இறுதியில் 'கோயா தங்கள்' என்று சேர்ந்துவரும் - முத்துக்கோயா தங்கள், பூங்கோயா தங்கள், ஹஸன் கோயா தங்கள் என்று. பெரும்பாலும் இவர்களுக்கிடையே குரல் இனிமையானவர்கள் அதிகம். அரபிக் கீர்த்தனைகள் மிக இனிமையாக இசைப்பவர்களாக இருப்பர். சிலர் மாந்திரிகக் கலையில் தேர்ச்சி பெற்றவர்கள். பார்வைக்குப் புலப்படாத 'ஜின்' என்ற படைப்புகளை இவர்கள் மாந்திரீகச் சக்தியால் வசீகரம் செய்து தங்கள் ஏவலாளர்களாக வைத்திருப்பதாக நாங்கள் நம்பி பயந்தோம். இவர்களுக்குப் பணிந்து நடந்தோம்.

தங்களுக்கு அடுத்தபடியாக அதிகாரம் படைத்தவர்கள் சில நிலபிரபுக்கள். இவர்களுக்குத்தான் பள்ளிவாசல் நிர்வாகம். ஊருக்குக்

கிழக்குப் பக்கம் சுடுகாட்டு ஆறு என்று அழைக்கப்படும் AVM கனால். அதன் மேற்குக் கரையில் தட்டார்களுடைய சுடுகாடு. கனாலின் கிழக்குக்கரையில் பாறைக்குக் கீழ் சுடுகாட்டுக்கு எதிரில் பெரியதொரு மாமரம். சொல்வது சாஞ்ச மாவு என்ற அதன் கிளைகள் ஒரு கூடையைக் கவித்திப் போட்டது போல் தரையைத் தொட்டுக்கிடக்கும். அடர்த்தியான கிளைகள் ஆனதால் வெயில் உள்ளே நுழையாது. இந்த மாமரம் யாருக்குச் சொந்தமானதென்று தெரியாது. அதில் காய்த்துத் தொங்கும் கொல்ல மாம்பழமும் அண்டியும் (Cashew nut) வாறவங்களுக்கும் போறவங்களுக்கும் சொந்தம். பள்ளிக்கூடத்திற்குப் போகாமல் கள்ளமடிச்சுப் பதுங்கி இருப்பது இந்த மாமரம் விரிந்த குடையின் கீழ். உச்சாணிக்கொம்பில் ஏறி கொல்லாப்பழம் பறித்துத் திண்பதில் தனி உற்சாகம். வேட்டி சட்டையெல்லாம் கொல்லாம் கொட்டையின் கறை. பள்ளிக்கூடத்திற்குச் செல்லாமல் கள்ளமடித்துக் கிடக்கும் பிள்ளைகளைத் தேடிப்பிடிக்க 'அரைக்ளாஸ் சார்' ஜிப்பா சட்டைக்குப் பின்னால் கம்பை மறைத்து வைத்துக்கொண்டு பிள்ளைகளைப் பிடிக்கத் தேடிவருவது இங்கேதான். சாருடைய நிழலாட்டம் கண்டதும் கிளைகளில் நின்று கொல்லாப்பழம் பறித்துத் தின்று கொண்டிருக்கும் நாங்கள் குரங்குகள் தாவுவது போல் தாவி ஓடிவிடுவோம். அரைக்ளாஸ் சார் உயரமானவரானதால் கிளைகள் கவிண்ட (வழுக்கை தலை) தலையில் தட்டுமென்று அச்சத்தில் எங்களைத் துரத்திப்பிடிக்க அவரால் முடியாது. சிலநேரம் ஒருசிலர் அம்புடுவார்கள். சில நேரம் நானும் பிடிபடுவதுண்டு.

வெற்றிலைப் போட்டிருக்கும் சிவந்த வாயால் அன்போடு பிடிபட பிடிவிடாமல் அழைத்துக்கொண்டு போய்ப் பள்ளிக்கூடத்தில் சரோஜா, நாகம்மை, பார்வதி, சுகறா மற்றப் பிள்ளைகளின் முன்னிலையில் சீலையை ஒட்டி போடாத மூலம் தெரியாத உயர்த்தி நிர்வாணத் தொடையில், 'கள்ளமடிப்பியா, கள்ளமடிப்பியா' என்று கேட்டுக் கம்பு ஒடிய அஞ்சாறு போடு போடுவார். சுருண்டு போவேன். தொடையில் சிவப்பு அட்டைகள் தண்டி தண்டியாக.

வடக்கிலிருந்து உச்ச வெயிலுக்கு முன் சில பெண்கள் மீன் பொறுக்கவும், பிச்சை எடுக்கவும் கடற்கரைக்கு AVM கனால் கரை வழியாக நடந்து போவதுண்டு. அந்தக் கூட்டத்தில் சில துடிப்பானப் பெண்களும் இருப்பர். தென்னை நிழலில் இவர்களை எதிர்பார்த்து நிற்கும் சில ஆசாமிகள் சற்று நடை அழகுடன் துடிப்பாகக் காணப்படும் பெண்களைக் கண்ணைக்காட்டி சாஞ்ச மாமரம் விரிந்த குடைக்குக்கீழ் வரச்சொல்வார்கள். பள்ளிக்கூடத்திற்குச் செல்லாமல்

மாமரத்தின் உச்சாணிக் கொம்பில் பதுங்கி கொண்டிருக்கும் எங்களைக் கவனிக்காமல் வந்த அவசரத்தில் லீலையைத் துவங்கியதும் நாங்கள் மூச்சிவிடமாட்டோம். அவள் ஒரு வழி, அவர் வேறு ஒரு வழி கொப்புகளைப் பொத்துக்கொண்டு போனபின் சொல்லிச் சொல்லி சிரிப்போம்.

சாஞ்ச மாவுக்கருகாமையில் உள்ள "சிறாம்பி" தோப்பு எங்கள் பூர்வீகச் சொத்து. அதன் பனை ஓலையில் எழுதப்பட்ட பத்திரத்தை நான் பார்த்திருக்கிறேன். தகப்பனாரின் மறைவுக்குப் பின் அந்தப் பத்திரம் என் பாதுகாப்பில் இருந்தது. நாராயம் கொண்டு எழுதப்பட்டதை என்னால் வாசிக்க முடியவில்லை. மீனவர்கள் குடியிருப்புக்கு அதை விற்பனை செய்தபோது அதையும் கொடுத்துவிட்டதாக நினைவு. சிறாம்பி சில வகையில் பெயர் பெற்றது. இதிலுள்ள தெங்கில் காய்க்கும் தேங்காய், பட்டப் பகலிலே திருட்டுத் தேவதாஸ் வெட்டி எடுத்துக்கொண்டு போவான். பாறை அடிவாரத்தில் ஊரின் ஒதுக்குப் புறத்திலானதால் நடமாட்டம் அதிகம் இருக்காது. பாறை இடுக்குகளில் கள்ளச்சாராயம் வடித்து மாலைநேரம் இங்கு விற்பனை நடக்கும். பிறர் பார்வையில் படாமல் நூக்கண்ணு ஆசான் அடிமுறை சொல்லிக் கொடுப்பது இதிலுள்ள வெட்ட வெளியில் புலிவங்கு எனச் சொல்லப்படும் குகை போன்ற ஒரு இடம் கடைசியில் உண்டு. சுடுகாட்டு ஆற்றில் குளிப்பதற்கென்று ஜாடையில் முன் ஏற்பாட்டின்படி கைதை வேலி தாண்டிவரும் பதிவுகாரிகளை எதிர்நோக்கி சில ஆசாமிகள் ஆற்றுத்திசைக்குக் கண்ணை ஒட்டி நிற்பது இங்கு நித்தியக் காட்சி. புலி வங்கிற்குள் பிணைந்து கிடக்கும் நிர்வாணங்களைப் பார்த்துக் கூச்சப்பட்டுச் சின்ன வயதில் ஓடிவிடுவதுண்டு.

மழைக் காலங்களில் பாறையிலிருந்து ஓடிவரும் தண்ணீர் குளமாக ஒரு இடத்தில் கட்டிக்கிடக்கும். அக்கம் பக்கத்திலுள்ள குமரிகளும், கிழடுகளும் இங்கு வந்து துணி துவைத்துக் குளிப்பது வழக்கம். இந்தக் குளிக்காட்சி காண்பதற்குச் சில ஆசாமிகள் பாறைக்குமேல் அங்குமிங்கும் நடப்பதையும், சிலர் மலம் கழிக்க குத்தி உட்கார்ந்து இருப்பதுபோல் பொறுமையாக உட்கார்ந்து பெண்கள் சோப்புத் தேய்ப்பதை ரசித்துக் கொண்டிருப்பதையும் காணலாம். இந்த வகையான விசயங்களுக்குப் பேர்கேட்ட சிறாம்பி ஒரு பாம்புக் காடாகும்.

சிறாம்பியிலுள்ள தைத் தென்னைகளில் இளநி பறிப்பதற்காக முதலில் நெஞ்சுகொடுத்து ஏறித்தான் நான் தென்னை ஏறுவதற்குக் கற்றுக்கொண்டேன். பின்னே கைகொடுத்து ஏறுவதற்கும்

பரிச்சயம் வந்துவிட்டது. குளத்தில் தண்ணீர் நிரம்பி கிடந்த ஒரு இளம் பகலில் தைத்தென்னை ஒன்றில் ஏறி ஒரு இளநி பரிச்சுப் போட்டதைக் குளத்தின் வடபக்கமுள்ள ஒரு சின்னப் பாறைமீது துணி துவைத்துக்கொண்டிருந்த ஒரு குமரிப்பெண் பார்த்துவிட்டாள். இளநி திருடுவதாக எண்ணி என்னையே பார்த்துக் கொண்டிருந்தாள். ஒரு திருடனைப் பார்ப்பதுபோல் என்னை நோட்டம் போட்ட அவளை, நான் பறிச்சா உனக்கென்னடி? என்ற பாவனையில் பார்த்தேன். என் பார்வையின் பொருள் புரியாமல் அவள் எச்சரித்தாள்.

“ஓடையக்காரன் கண்டா உடமாட்டான்.

“எங்க விளை தோப்பு” என்றேன்.

“மொய்லாளிக்கும் தெங்கு ஏற தெரியுமா?”

“சின்னத் தெங்கு தானே”

கொஞ்சநேரம் ஆனதிற்குப் பின் அவளுடைய கருப்பு உதட்டில் மழைமேகத்திற்குள் ஒளிந்து கொண்டிருந்த நிலவு ஒளிர்ந்தது.

“எனக்கும் ஒரு கருக்குத் தாருங்க.” முகம் நாணத்தில் மூடியிருந்தது.

“இதையே எடுத்துக்கோ...” என்றேன்.

“வேண்டாம் சும்மா கேட்டேன்” சொல்லி, குடுகுடா சிரித்தாள். இளம் வெயிலுக்கு முப்புவைத்து, ஆட்கள் சற்று ஓய்ந்த நேரம். அவளுடையக் கருப்பு உதட்டில் படர்ந்த சிரிப்புக்கு ஒரு தனி ஈர்ப்பு இருப்பதாக எனக்குத் தோன்றியது. அவள் துணி துலக்கத் துலக்க பிறகு மார்பளவு தண்ணீரில் இறங்கி குளிக்கக் குளிக்க அவளோடு பேசிக்கொண்டே நின்று கொண்டிருந்தேன். வாயில் தண்ணீர் எடுத்து புஷ்வானம் போல் விளையாட்டாகப் பீச்சி அடித்துக் குலுங்கிக் குலுங்கி சிரித்தாள். அதிலும் ஓர் ஈர்ப்பு இருந்தது. கருப்பே ஓர் அழகுதான்.

“நாளை வருவீளா...?”

“வருவேன்...”

“இதே நேரம் துணி கழுவ நானும் வருவேன்.”

நாங்கள் பேசிக்கொண்டு நின்றதை ஏதோ ஒரு தென்னையின் மறைவிலிருந்து காவக்கார வேலுக்குட்டிப் பணிக்கனுடைய மகன் பார்த்துக் கொண்டானோ என்னவோ தெரியல்ல. அவனுடைய நிழல் அசைவு அங்குத் தெரிந்தது போலிருந்தது.

உடைமாற்றுவதற்குக் கரை ஏற அவள் தயங்குவதைக் கண்டு அங்கிருந்து நகர்ந்தேன். வீட்டுக்கு நடக்கையில் எனக்குப் பின்னாலும், இரவு உறங்கையில் என் படுக்கறை அருகிலும் சுற்றி சுற்றி வந்து கொண்டிருந்தாள். நேரம் விடிவதற்காக உருண்டு புரண்டேன். சாணி நிறமுடைய அழகை உடனே பார்த்துவிட ஒரே துடிப்பு. குளித்து, உடை மாற்றி, பவுடர் பூசி, அவள் சொன்ன நேரத்து வருகையை எதிர்நோக்கி குளக்கரைக்குச் சென்றேன். முந்தையநாள் துணி துவைத்துக் கொண்டிருந்த பாறைக்கு நேராக நோட்டம் சென்றது. வரக்காணோம். கைதை வேலி தாண்டிவரும் வழிக்கு நேராக பார்வை திரும்பியதும் ஒரு வடலி பனைக்குப் பின்னாலிருந்து காது வடிச்ச ஒரு பெண் எனக்கு நேராக சீறிக் குதித்து வந்து நடுக்கத்தைத் தந்தாள். அவளுடைய தள்ளைக்காரி! நெஞ்சு படபடத்தது. தொண்டையில் ஈரம் காய்ந்தது.

"குளிக்க வருத கொமரிக் குட்டிகளுக்கிட்ட நமக்கு என்ன பேச்சு...?" கவ்வி விழுந்ததைக் கண்டு அதிர்ந்து நின்றேன்.

அந்தக் கள்ளத் தாயோளிப்பயன் அவோ தள்ளக்காரிக்கிட்ட போய்ச் சொல்லியிருக்கான். தொலஞ்சிது. ஊரெல்லாம் தாத்திப் போடுவாளே!

"மருவாதைக்கு இரும் சொல்லிப்போட்டேன்." எச்சரித்துவிட்ட அவள் அவ்விடம் விட்டதோடு என் கனவுகள் நொறுங்கி மண்ணானது. அந்தச் சிறாம்பி காதல் துவங்கிய இடத்தில் கருகிவிட்டது.

வலியாற்றில் துவங்கி கிழக்குத் திசை நோக்கி பாயும் கையாறுதான் AVM கனால். "புன்னமூட்டக் கடவு" என்று சொல்லப்படும் ஒரு படித்துறை பெண்கள் குளிப்பதற்குக் கனால் துவங்கும் இடத்தில் இருந்தது. கி.பி. 1866 இல் நீர்வழிப் போக்குவரத்துக்காக அன்றைய திருவாங்கூர் மன்னரால் வெட்டப்பட்ட கனால். ஊர் மக்களிடையே புத்தன் ஆறு என்று இதற்குப் பெயர். சுடுகாட்டு ஆறு என்றும் அழைப்போம். பஸ் நிலையத்திலிருந்து கடற்கரைக்குச் செல்லும் வழியில் புத்தன் ஆற்றுக்குக் குறுக்காக நடப்பட்டிருக்கும் பாலம் யார் காலத்தில் கட்டியதென்று தெரியவில்லை? இந்த இடம் பாலத்தடி என்று அறியப்படுகிறது. பலத்த மயில் ஏராளம் வள்ளங்கள் வந்தணையும். முன்பு பூவாரச் சந்தையிலிருந்து சந்தைப் பொருட்கள் ஏற்றிவரும் வள்ளங்களை ஒதுக்கி சரக்கை இறக்குவதும் ஏற்றுவதும் இங்குதான். மேற்குக் கடலோரக் கிராமங்களிலுள்ள மக்கள் புதுக்கடை, மார்த்தாண்டம், கருங்கல்

முதலிய இடங்களுக்குச் செல்ல வள்ளத்தில் இங்கு வந்து இறங்கி பஸ் ஏறிப் போவார்கள். வள்ளச் சவாரி மும்முரமாக இருந்தது முன்பு. இன்று பாலத்தடி, புன்ன முட்டுக்கடல், லெப்பைவீட்டுகடவு எல்லாம் தண்ணீர் இல்லாமல் தூர்ந்து குப்பை மேடாய் மாறி துர்வாடை வீசிக்கொண்டிருக்கிறது. காலம் கசக்கி அழித்த அழகுகள்.

சிறுவனாக இருக்கையில் நீச்சலடித்து ஆற்றைக் கலக்கி கண்சிவக்கக் குளித்த இந்த ஆற்றுக் கடவுகளில் கால் நனைத்த ஒரு துளி தண்ணீர் இல்லாது வறண்டு கெட்டுப்போய்க் கிடப்பதைப் பார்க்கும்போது எதையெல்லாமோ இழந்துவிட்ட ஒரு ஏக்கம் எனக்குள். என்னிடமிருந்து நான் பிறந்து வாழ்ந்த மண் அந்நியப்பட்டு விட்டதாகவோ, அல்லது பிறந்த மண்ணிலிருந்து நான் அந்நியப்பட்டு விட்டேனோ என்று எனக்குத் தோன்றினாலும் என் படைப்பு மனதில் அன்றைய பசுமைக்கிராமம் எழில் குன்றாமல் இருந்து வருகிறது. இப்போது தொலைவிடத்தில் நான் தங்கி வந்தாலும் என் ஆத்மாவின் வேர்கள் ஓடிக்கிடப்பது இப்பவும் நீராலும் தென்னைகளாலும் சிறு மலைகளாலும் சூழப்பட்டு அரபிக்கடல் அலைகளின் இசை இனிமையில் புல்லரித்துக் கொண்டிருக்கும் அழகிய கன்னிக்கிராமத்தில்தான். என் அடி மனதில் என் கிராமம்தான் எப்போதும்.

என் பெற்றோர்கள், என் உடன் பிறப்புகள், என் முன்னோர்கள் அல்லதொல்லையில்லாமல் நிம்மதியாக உறங்கி கொண்டிருக்கும் என் கிராமத்து மண்ணில் மாலிக் ஜிப்னுதினார் கட்டிய பள்ளிவாசல் வளாகத்தில் அவர்களுக்கருகாமையில் எனக்கு ஓர் இடம் கிடைக்க வேண்டும் என்பதுதான், விண்ணிலிருந்து இறங்கி வரும் தேரில் ஏறி முதுமையை நோக்கிப் பயணிக்கும் என்னுடைய ஒரே ஆசை!

மாப்பிள்ளைப் பாட்டுகளின் வேர்கள்

அண்டை மாநிலமான கேரளத்தில் மிகவும் புகழ்பெற்று விளங்கும் "மாப்பிள்ளைப் பாட்டுகள்" இன்று திரைப்படங்களிலும் தொலைக்காட்சிகளிலும் இடம் பெற்றிருப்பதிலிருந்து அதன் முக்கியத்துவத்தைத் தெரிந்து கொள்ளலாம். வெகு காலத்திற்குப் பின் மாப்பிள்ளைப் பாட்டுகளின் முக்கியத்துவத்தை உணர்ந்து அதன் வளர்ச்சிக்காக கேரள அரசாங்க கலாசாரத் துறையின்கீழ் "மாப்பிள்ளைப்பாட்டு கலா அகாதமி" நிறுவியதோடு, மலப்புரம் மாவட்டம் கொண்டோட்டியில் மகாகவி மோயின்குட்டி வைத்தியர் பெயரில் ஒரு நினைவிடத்தையும் உருவாக்கி இருக்கிறது. பல கருத்தரங்குகளும், கலை நிகழ்ச்சிகளும் அதில் நடந்து வருகின்றன.

நமது பக்கத்து மாநில அரசு இந்த அளவிற்குக் கரிசனையோடு 'மாப்பிள்ளைப்பாட்டை வளர்க்க வேண்டிய அவசியம் என்னவென்று ஆராய்ந்து பார்ப்போமானால், மாப்பிள்ளைப் பாட்டுகளின் அடிவேர்களின் முனைவிடம் ஏதெனத் தமிழர்களாகிய நாம் தெரிந்திருக்க வேண்டியது அவசியமாகப்படுகிறது. உரமிட்டுப் பதமாக வளர்க்கவேண்டிய இந்த இலக்கியப் பிரிவை நம் கவனக் குறைவால் கருகவிட்டோம். அது பக்கத்து மாநிலத்தில் நம்மை அறியாமலேயே படர்ந்து வளர்ந்திருக்கின்றதைப் பார்க்கின்றோம்.

பள்ளி, கல்லூரிகளுக்கிடையே ஒவ்வொரு ஆண்டும் நடைபெறும் 'கலோல்ஸவத்தில்' மாப்பிள்ளைப் பாட்டுகளுக்கும், மாப்பிள்ளைக் கலைகளுக்கும் முதன்மையான இடம் அளிக்கப்பட்டு வருகின்றன.

மலையாளம் ஒரு சுதந்திர மொழியாக வளராத காலக் கட்டத்தில் அரபித் தமிழில் எழுதப்பட்டிருந்த மாலைகளைத் (கவிதைகளை) தழுவி மலையாள மாப்பிள்ளைமார்கள் தமிழ்க் கலப்போடு அரபி மலையாளத்தில் பாட்டுகள் இயற்றினார்கள். இப்பாடல்களே மாப்பிள்ளைப் பாட்டுகளென அறியப்படுகிறது.

கி.பி.1607இல் எழுதப்பட்டதும் முதல் மாப்பிள்ளைப் பாட்டாக அறியப்படுவதுமான ‘முஹியுத்தீன் மாலை’ 25 விழுக்காட்டிற்கு அதிகமாகத் தமிழ்ச் சொற்களும் 200 அரபிச் சொற்களும் கலந்து எழுதப்பட்டிருக்கிறது. முஹியுத்தீன் மாலையில் கையாளப்பட்டுள்ள மொழி நடையே சாட்சியும் கூறும், மாப்பிள்ளைப் பாட்டுகளுக்கு அடிப்படை நம் தமிழ் மொழி என்று.

“மலையாள மொழி உருவாவதற்கு முன் (தமிழ்ச் செல்வாக்குதான்) மாப்பிள்ளைப் பாட்டுகளிலும், மாப்பிள்ளை கலைகளிலும் தமிழ்தான் செல்வாக்குச் செலுத்தியிருந்தது. மாப்பிள்ளைப் பாட்டுகளின் அடிப்படையே தமிழென்று வரலாற்று ஆய்வாளரும் பேராசிரியருமான டாக்டர். உசேன் ரண்டத்தாணி குறிப்பிடுவதோடு அறவனா கொட்டும் ஒப்பனைப் பாட்டும் பாரசீகத்திலிருந்து தமிழ்நாடு வழியாக கேரளத்தில் வந்தவை என்று அவருடைய ஆராய்ச்சி நூலில் குறிப்பிடுகிறார்.

“கேரளத்தில் உள்ள முஹியத்தின் மாலை எழுதப்படுவதற்கு முன் அரபித் தமிழில் இதற்கு நிகரான முறையில் ‘மாலைப் பாட்டுகள்’ எழுதப்பட்டிருந்தன” என்று கோழிக்கோட்டுப் பல்கலைக்கழகப் பேராசிரியரான டாக்டர். உமர் தரமேல் ‘மாப்பிள்ளைப் பாட்டுப் பாடமும் படனமும் (ஆய்வு)’ என்ற ஆய்வு நூலில் குறிப்பிடுகிறார்.

தமிழ்ச் செல்வாக்கு மாப்பிள்ளைப் பாட்டுகளில் இருப்பது பற்றி, மாப்பிள்ளைப்பாட்டு ஆய்வாளரும் அறிஞருமான பாலகிருஷ்ணன் வள்ளிக்குன்னு தனது ஆய்வு நூலில் குறிப்பிடுவதோடு முஹியுத்தீன் மாலையில் 25 - 30 விழுக்காடு தமிழ்ச் சொற்களே காணப்படுகின்றன என்கிறார்.

இந்த அறிஞர்களின் ஆய்வுகளிலிருந்து மாப்பிள்ளை இலக்கிய வளர்ச்சிக்குத் தமிழ்ச் செல்வாக்கு எத்தகையது? என்பதை நம்மால் அறிந்துகொள்ள முடிகிறது.

காசர்கோட்டைச் சேர்ந்த கவிஞர் டி.உபைது மாப்பிள்ளைப் பாட்டுகளுக்கு ஆற்றிய சேவை பாராட்டுக்குரியவை. மாப்பிள்ளைகளுக்கிடையே ஒரு குறுகிய வட்டத்திற்குள் எவருடைய கவனத்தையும் ஈர்க்காமல் முடங்கி கிடந்த மாப்பிள்ளைப் பாட்டுகளைப் பொது நீரோட்டத்தில் கொண்டு வருவதற்கும், பிற மலையாள அறிஞர்களின் பார்வையை இதன் பக்கம் திருப்புவதற்கும் காரணமாக இருந்தவர் கவிஞர் டி.உபைது ஆவார்.

1947 மே 17, 18 தேதிகளில் கோழிக்கோட்டில் 'ஸமஸ்த கேரள சாகித்திய பரிஷத்தின்' 18 ஆவது இலக்கிய மாநாட்டுக்கு முதன்முதலாக ஒரு மாப்பிள்ளைக் கவிஞரான டி.உபைது அழைக்கப்பட்டார். அந்த மேடையில் மாப்பிள்ளைப் பாட்டுகளின் இலக்கியத் தரத்தையும், பரப்பையும், பொருள் ஆழத்தைப் பற்றியும் முதன் முதலாக ஒரு பொது இலக்கிய மாநாட்டில் உபைது ஆற்றிய உரை அவையோரின் கண்களைத் திறக்கச் செய்தது. அவருடையச் சொற்பொழிவைச் செவிகொண்ட தலைமை ஏற்றிருந்த, முதல் ஞானபீட பரிசு பெற்றவருமான மகாகவி T.சங்கர குறுப்பு உடன் எழும்பி நின்று மாப்பிள்ளைப் பாட்டுகளைத் தவிர்த்துக்கொண்டு எழுதப்படும் மலையாள இலக்கிய வரலாறு முழுமையற்றதாக இருக்குமென்றார். இதன் பிறகுதான் மாப்பிள்ளைப் பாட்டுகளின் பெருமையை வெளியுலகம் அறிந்தது.

மாப்பிள்ளைகள் அரபி தமிழுக்குப் பிறகு அரபி மலையாளம் என்று ஒரு இலக்கிய மொழியை உருவாக்கவும், அதில் பல இலக்கியங்களைப் படைத்தளிக்கவும் செய்தார்கள்.

திராவிட மொழியைச் சேர்ந்த மலையாளமும் ஆரிய மொழியான சமஸ்கிருதமும் இணைந்து மணிப்பிரவாள இலக்கியம் மலையாளத்தில் உருவானது போல், மலையாளமும் அந்நிய மொழியான அரபியும் இணைந்து உருவான அரபிமலையாளத்தில் எழுதப்பட்டதுதான் மாப்பிள்ளைப் பாட்டுகள்.

முன் தலைமுறைகளைச் சேர்ந்த பல கவிஞர்களும் பாடல்களும் வளர்த்தெடுக்க இந்த இலக்கியப் பிரிவின் தங்களின் ஆசைகளும், நிராசைகளும், எதிர்பார்ப்புகளும், துயரங்களும் அவர்கள் தங்கள் பாடல்களின் மூலம் வெளிப்படுத்தினார்கள். அதுமட்டுமல்ல ம்லையாள மண்ணிலுள்ள நாட்டுப்புறக் கதைகளும், பாடல்களும் இவர்களுடைய பாட்டின் மூலம் வெளிப்பட்டன.

'மாப்பிள்ளை' என்ற சொல்லுக்கு மூலாதாரம் ஏதென்று ஆய்வாளர்கள் யாருமே இன்னமும் திட்டமாகச் சொல்லவில்லை. திருமணம் செய்த ஒரு மணவாளனைப் புதுமாப்பிள்ளை என்று அழைப்பது நமது வழக்கம். தமிழ்க் கலாசாரத்திலும் புதுமணவாளனை 'மாப்பிள்ளை' என்றுதான் அழைப்பார்கள். மாப்பிள்ளை என்ற சொல் பொதுவாக மலபார் முஸ்லீம்களை மட்டும் குறிப்பிடும் சொல்லாக இருந்தாலும், யூதர்களுக்கும் கிறிஸ்தவர்களுக்கும் இடையே மாப்பிள்ளை என்ற சொல் திருக்கொச்சி பகுதியில் நடைமுறையில் உள்ளது.

மலையாளக் கரையில் வாழும் யூதர்கள் யூதமாப்பிள்ளை என்றும், கிறிஸ்தவர்கள் நஸ்ராணி மாப்பிள்ளை என்றும் அழைக்கப்படுகிறார்கள். மலையாளிப் பெண்கள் கலப்புத் திருமணம் செய்துகொண்டது மூலம் பிறந்த குழந்தைகள் மாப்பிள்ளை என்று அழைக்கப்படுகிறார்கள். அதைபோல் அரபிகள் உள்நாட்டுப் பெண்களைத் திருமணம் செய்து கொண்டதன் மூலம் பிறந்த குழந்தைகள் மாப்பிள்ளை என்று அழைக்கப்பட்டனர். வெளிநாட்டில் இருந்து வந்து நம் நாட்டுப் பெண்களைத் திருமணம் செய்து கொண்டதால் அவர்கள் நம் நாட்டு மக்களுக்கு 'மாப்பிள்ளை' ஆகிவிட்டார்கள். மாப்பிள்ளை என்ற சொல்லுக்குப் பலர் பலவிதமானக் கருத்துகள் தெரிவிக்கின்றனர்.

மாப்பிள்ளைப் பாட்டு மலபாரில் உள்ள மாப்பிள்ளைகளால் (முஸ்லீம்களால்) பாடப்பட்ட கவிதை அல்லது பாடலாகும். மாப்பிள்ளைப் பாட்டுகள் உருவான காலம் திட்டமாகச் சொல்ல இயலாது. சில ஆய்வாளர்களின் கருத்துப்படி 12-ஆம் நூற்றாண்டு என்றாகும்.

'மாப்பிள்ளைப் பாட்டுகளில் மிகப்பழமையானதும் இதுவரை கிடைத்தவற்றில் முக்கியமானதும் முஹியுத்தின் மாலையாகும். கோழிக்கோட்டைச் சேர்ந்த காளி முகம்மது என்ற கவிஞர் அரபிமலையாளத்தில் கி.பி. 1607இல் எழுதியது முஹியுத்தின் மாலை. இதுவரை கிடைத்தவற்றில் முதன்முதலாக எழுதப்பட்ட மாப்பிள்ளைப் பாட்டாகுமிது. இது எழுதியது பறங்கிகளின் அட்டூழியம் நிறைந்த காலத்தில். முஹியுத்தின் அப்துல் காதர் ஜீலானியின் அற்புத நிகழ்வைச் சொல்லுவதோடு அவர்களது பாதுகாவல் முஸ்லீம்களுக்குக் கிடைக்கும்படி அமைந்தது இப்பாடல். முஹியுத்தின் மாலையைக் கன்னியாகுமரி முதல் காசர்கோடு வரையிலுள்ள பகுதிகளில் பெண்கள் பக்தியோடு மாலை நேரங்களில் மண்ணெண்ணெய் விளக்கு வெளிச்சத்தில் பாடி வந்திருந்தனர். நோயாளிகளின் தலைமாட்டிலிருந்து நோய் நிவாரணத்திற்காகவும், பிரசவ நேரங்களில் சுகப் பிரசவத்திற்காகவும் பேற்று அறையிலிருந்து பாடியிருந்தார்கள். சமீப காலம்வரை முஸ்லீம்களில் சில பிரிவுகள் எதிர் பிரச்சாரம் செய்து வருவதால் இப்போது சில வீடுகளில் பாடுவது நின்றுவிட்டது.

'முஹியுத்தின் மாலை' இயற்றப்பட்டதற்குப் பின் ஒன்றரை நூற்றாண்டு காலம்வரை பெரியதொரு இடைவெளி மாப்பிள்ளைப் பாட்டு இலக்கியத்தில் காணப்பட்டது. ஏறத்தாழ 130 வருடங்களுக்குப் பிறகுதான் குஞ்ஞாயின் முஸ்லியார் என்ற கவிஞர்

எழுதிய மூன்று மாப்பிள்ளைக் காவியங்கள் அரபி மலையாளத்தில் வெளிவந்தன. கப்பப்பாட்டு நூல் மாலை, நூல் மத்ஹீ, நூல் மதஹின் துவக்கப் பாடலே சுத்தத் தமிழாகும்.

> *"ஆதிதன் அருளினால் பெருமான் வந்து அண்டம் ஆளும் கடந்து அரசின்னு முடிநீண்டே முஹம்மது நபியே காண்பதற்கு என்னில் ஆசை கடல் பொங்கும். அதனால் இம்மத்ஹீ நூல் மாலை பணிவதுக்கு அல்லாவே தாரும் உன் துணை காப்பு"*

என்று உரைநடையில் இறைவனுடைய பாதுகாவல் தேடி கவிதையைத் தமிழிலேயே துவங்குகிறார். நூல் மாலையும் அவருடையதே. கப்பப்பாட்டுத் தத்துவ சிந்தனையைத் தூண்டுவதாகும். மனிதனைக் கப்பலோடு உவமைப்படுத்தி எழுதப்பட்டது. நூல் மத்ஹீ நபிபெருமானாரின் புகழுக்குரிய வாழ்க்கையைச் சொல்லுவதாகும். நூல் மாலை முஹியுத்தின் அப்துல் காதர் ஜீலானி அவர்களுடைய வாழ்க்கைப் பற்றியது.

இந்த 130 ஆண்டு இடைவெளியில் மாப்பிள்ளைப் பாட்டுகளுக்கு என்னவாயிற்று? எழுதப்படவில்லையா? எழுதப்பட்டிருந்தால் அந்தப் பாட்டுகள் எங்கே? பறங்கிகள் மலபாரில் நிகழ்த்திய கொலையிலும், கொள்ளையிலும், நெருப்பூட்டலிலும் அனைத்தும் அழிந்திருக்கக் கூடும். இந்த அழிமானம் மாப்பிள்ளை இலக்கியத்திற்கு ஏற்பட்ட மிகப்பெரிய இழப்பாகிவிட்டது.

காளி முகம்மது அரபியில் எழுதிய வேறொரு பாடலாகும். 'பத்ஹுல் முபீன்', பறங்கிகளுக்கு எதிராக முஸ்லீம்களை எழுச்சி அடையச் செய்யும் பாடலாக இருந்ததால் பறங்கிகள் அன்று இதைத் தடைசெய்துவிட்டனர். அவர்களுடைய தடையைக் கண்டு பயந்துபோய் எழுதப்பட்ட தங்கள் மாப்பிள்ளைப் பாட்டுகளைக் கிழிக்கவோ, எரிக்கவோ செய்திருக்கலாம் மாப்பிள்ளைக் கவிஞர்கள். இதனாலேயே மாப்பிள்ளைப் பாட்டு இலக்கியத்திற்கு ஒரு வெற்றிடம் விழுந்திருக்கலாம்.

முஹியுத்தின் மாலை தோன்றுவதற்கு முன் 12-17ஆம் நூற்றாண்டுகளுக்குள் தோன்றிய மாப்பிள்ளைப் பாட்டுகள் என்னவாயிற்று? என்ற கேள்விக்கு இன்றளவும் பதிலில்லை. முஹியுத்தின் மாலை கவிதை இலக்கிய மரபை ஒட்டிய பாடலானதால் அதற்கு முன் தோன்றிய நூல்களை அடியொற்றி காளி முகம்மது முஹியுத்தீன் மாலை எழுதியிருக்க வேண்டும். மாப்பிள்ளைப் பாட்டு என்ற சொல் அண்மையில்தான்

பிரபலமானது. அதற்கு முன் மாப்பிள்ளைப் பாட்டுகள் 'சபீனப் பாட்டுகள்' என்றுதான் அறியப்பட்டன.

குஞ்ஞாயின் முஸ்லியாருக்குப் பிறகு பல மாப்பிள்ளைக் கவிஞர்கள் வாழ்ந்திருந்தார்கள் என்றிருந்த போதிலும் அவ்வரிசையில் பெரும்புகழ் பெற்றவரான மகாகவி மோயின் குட்டி வைத்தியர் வாழ்ந்திருந்த காலம் 19-ஆம் நூற்றாண்டு. மோயின் குட்டி வைத்தியருடைய படைப்புகள்தான் மாப்பிள்ளைப் பாட்டுகளில் மேன்மையானதாகக் குறிப்பிடப்படுகின்றன. இன்றளவும் பாடப்பட்டு வருவது, போற்றப்பட்டு வருவதுமாக இருக்கின்றன அவருடைய படைப்புகள். ஏறத்தாழ 40 ஆண்டுகள் மட்டுமே வாழ்ந்திருந்தார் இந்தக் கவிஞர். இவர் எழுதிய படைப்புகள் ஏராளம். இவருடைய 20-வது வயதில் எழுதப்பட்ட "ஹுஸ்னுல் ஜமால் பதருல் முனீர்" என்ற காதல் காவியம் மிகவும் புகழ்பெற்றது. இது கூடாமல் பதர் படப்பாட்டு (1876) உஹது படப்பாட்டு, கிளத்தி, மால, எலிப்படை, மலப்புரம் படப்பாட்டு முதலிய படைப்புகளும் இவருடையதாகும்.

1921இல் மலபாரில் வெள்ளையருக்கு எதிராக மாப்பிள்ளைகள் நடத்திய போரின்போது முஸ்லீம் வீரர்களுக்கு உற்சாகம் ஊட்டுவதற்காக வைத்தியருடைய பதர்பட பாட்டு, உஹத்பட பாட்டு, மலப்புரம் படப்பாட்டு ஆகிய மாப்பிள்ளைப் பாட்டு வரிகள் பாடி வீர ஆவேசத்தோடு போர் செய்தனர். இவருடைய கவிதைகளிலுள்ள வீர ரசம் மாப்பிள்ளைகளை ஆவேசம் கொள்ள வைத்தது. இவருடைய கவிதைகள் முழுதும் வீர ரசமும், பக்தி ரசமும் கலந்த கவிதைகள்.

மோயின் குட்டி வைத்தியருக்குப் பின் மாப்பிள்ளைக் கவிகள் பலர் வாழ்ந்திருந்தனர். டி. உபைது, நல்லவளம் மீரான், புன்னயூர்குளம் பாப்பு, புலிக்கோட்டில் ஹைதர், சேற்றுவாய் பரீக்குட்டி, சாக்கிரி மொய்தீன் குட்டி இவர்கள் இவ்வரிசையில் எடுத்துச் சொல்ல வேண்டிய முக்கியமானக் கவிஞர்கள். இந்தத் தலைமுறையைச் சார்ந்த O.M. கருவாரக் குண்டு, P.T. அப்துல் ரஹ்மான், S.A. ஜமில் முதலியோர் முக்கிய மாப்பிள்ளைக் கவிஞர்கள்.

மாப்பிள்ளைப் பாட்டு இலக்கியத்தில் சொல்லப்பட வேண்டிய முக்கிய பிரிவு கத்துப் (கடிதம்) பாட்டாகும். அரபு நாடுகளுக்கு வேலைத்தேடிச் சென்று வருடங்களாகியும் ஊர் திரும்பாத கணவன் மனைவிகளுக்கிடையேயான பிரிவுத் துயரங்களைக் கடிதம் மூலம் எழுதித் தெரியப்படுத்தும் மாப்பிள்ளைப் பாட்டு வகைதான்

கத்துப்பாட்டு. இத்துறையில் S.A.ஜமிலுடைய கத்துப்பாட்டுப் புகழ்பெற்றது. அனைத்துத் தரப்பு வெளிநாடு வாழ் மக்களின் உதடுகளில் உயிர்த் துடிப்போடு நிற்கும் பாடலாகும்.

மாப்பிள்ளைக் கலைகள் வடிவங்களான ஒப்பனை வட்டப்பாட்டு, கோல்களி, பரிசைக்களி, தஃப் மூட்டு, அறவண மூட்டு, மைலாஞ்சி பாட்டு இப்படிப் பல கலை வடிவங்கள் மாப்பிள்ளைப் பாட்டுகளில் உள்ளன.

மாப்பிள்ளை பாட்டுகளில் பெயர் எடுத்துக்கூற வேண்டியவர்களில் முக்கியமானவர்கள் டி.உபைது, M.N.காரச்சேரி, T.K.ஹம்சா, K.M.அகமது முதலியோர். மாப்பிள்ளைப் பாட்டுகளை ஆய்வுசெய்து முதன்முதலாக முனைவர் பட்டம் பெற்றவர் M.N.காரச்சேரி ஆவார்.

காசர்கோடு வட்டம் மாப்பிள்ளைப் பாட்டுகளுக்கு ஒரு விளை நிலமாக இருக்கிறது. முகையத்தீன் மாலைக்குப் பிறகு நடுத்தோப்பில் அப்துல்லா என்ற மாப்பிள்ளைக் கவிஞர் இயற்றிய பட்சி (பறவை) பாட்டு (அக்பர் சதகர்) என்ற மாப்பிள்ளைப் பாட்டு மிகவும் புகழ் பெற்றது. கன்னியாகுமரி முதல் காசர்கோடு வரையிலான முஸ்லீம் குடும்பங்களில் பாடப்பட்டு வந்த அரபி மலையாள பாட்டாகுமிது. காசர்கோடு பகுதியில் பல பெண் கவிஞர்களும் வாழ்ந்திருந்தனர். அவர்களில் முக்கியமான மாப்பிள்ளைப் பாட்டுக் கவிஞர்கள் நடுத்தோப்பில் ஆயிஷா, நடுத்தோப்பில் மம்முன்னி மௌலவி, சாவுக்கர் குஞ் சிப்பக்கி, P.S.ஹமீது ஆகியோர். P.S.ஹமீதுடைய சில பாடல்கள் திரைப்படங்களிலும் இடம் பெற்றுள்ளன.

சேற்றுவாய் பரீக்குட்டி எழுதியது 'புத்துரு சாம்' (1877). இதே பெயரில் ஷேக்கினா புலவர் எழுதிய ஒரு தமிழ்க் காப்பியத்தின் தழுவலாகுமிது. அரபி மலையாளத்தில் மாப்பிள்ளைப் பாட்டு இலக்கியம் போர்ப் படைப்புகளாக வெளிவந்ததைக் குறிப்பிட்டாக வேண்டும். 'சக்கூன் படைப்போர் (1848)" உமர் லெப்பை ஆலிம் அரபி மலையாளத்தில் எழுதியது. இதற்கும் 200 ஆண்டுகளுக்கு முன் தமிழில் வரிசை முஹியுத்தின் "சக்கூன் படைப்போர்" என்ற ஒரு போர்க் காப்பியம் இயற்றியுள்ளார். தபூர் படைப்போர் (1876), கந்தக் படைப்போர் (1884), சலீகத் படப்பாட்டு (1870) இன்னும் பல போர்ப் படைப்புகள் அரபி மலையாளத்தில் தமிழைத் தழுவி வெளிவந்தன. இந்தப் படைப்போர் இலக்கியங்கள் அனைத்தும் அந்நிய சக்திகளுக்கு எதிராகப் போர் செய்ய முஸ்லீம்களைத் தூண்டும் மாப்பிள்ளைப் பாட்டுகளாக இருக்கின்றன. அனைத்துப்

படைப்புகளும் 19-ஆம் நூற்றாண்டில் கடைசியில் வெளிவந்தவை. ஆங்கிலேயருக்கு எதிராக முஸ்லீம்களைப் போர் செய்வதற்குத் தூண்டும் வீரியமிக்கது மாப்பிள்ளைப் பாட்டுகள். போருக்குச் செல்வதற்கு முன் இவற்றிலுள்ள வரிகளைப் பாடிக்கொண்டுதான் ஆங்கிலேயே சக்திகளுக்கு எதிராகப் போர்செய்ய மலையாள முஸ்லீம்கள் களம் இறங்கினர்.

இன்று மாப்பிள்ளைப் பாட்டுகள் நாடகங்களிலும் திரைப்படங்களிலும் வரத்துவங்கியது முதற்கொண்டு மாப்பிள்ளைப் பாட்டுகள் அதன் தனித்தன்மையை இழந்துவிட்டன. வறுமையில் வாடிய மாப்பிள்ளைமார்கள் பாரம் ஏற்றிய மாட்டு வண்டிகளில் தொலைவிடங்களுக்குச் செல்லும் போதும், அலைகடல் தாண்டி தூர இடங்களுக்குச் செல்லும் போதும், உச்சி வெயிலில் விவசாய நிலங்களில் பணி செய்யும் போதும், வீட்டுப் பட்டினியை எண்ணியும், திருமணம் செய்துகொடுக்க வழிகாணாமல் முகடு கட்டி நிற்கும் பெண் மக்களை எண்ணியும் எழுத்தறிவற்ற மாப்பிள்ளைகளின் இதய குமுறுதல்களாய் வெளிப்படும் இதய ஒலிகள்தான் உண்மையான மாப்பிள்ளைப் பாட்டுகள். இன்று நாம் மாப்பிள்ளைப் பாட்டுகளாக ஒலி நாடாக்களிலும், நாடகங்களிலும், T.V. நிகழ்ச்சி மூலமும் கேட்கும் பாடல்கள் மாப்பிள்ளைப் பாட்டுகளே அல்ல.

கடலோர கிராமத்தின் கதாநாயகன்
(தோப்பிலுடன் நேர்காணல்)

தமிழகம் கண்ட எழுத்தாளர்களுள் மிகவும் பிரபலமான எழுத்தாளர் தோப்பில் முகம்மது மீரான். சமூகத்தின் நிலைப்பாடுகளைக் குறித்து இவர் எழுதியதும், கதையின் மொழி நடையின் அழகும், இந்த மூத்த எழுத்தாளரைத் தனித்துக் காண்பிக்கிறது. அப்படிப்பட்ட ஒரு இலக்கியவாதியோடு நீண்ட நேர்காணல் இது.

அரைநூற்றாண்டிற்கு முன்பு தெற்குத் திருவாங்கூரின் எல்லை அமைந்திருந்தது. தேங்காய்ப்பட்டணம் என்றொரு கிராமம். அங்குதான் தமிழில் மிகவும் தலைசிறந்த எழுத்தாளரான முகம்மது மீரானின் குழந்தைப் பருவம் தவழ்ந்தது. அந்தக் கடலோரப் பகுதியின் கிராமத்திலிருந்து முறைப்படி மலையாளத்தையும், அதன் பிறகு தமிழையும் கற்றுக்கொண்டு எழுத்தாளரானார்.

அதன்பிறகு கதைகளையும், நாவல்களையும் எழுதி, தன் கை வரிசையைக் காண்பித்தார். அவர் எடுத்துக்கொண்ட கதைகளிலும் நாவல்களிலும் அதை எளிமையாகச் சொன்ன விதமும் வாசகர்களை வியப்பில் ஆழ்த்தியது.

கேந்திர சாகித்திய அக்காதெமி விருது போன்ற பல்வேறு விருதுகளை வாங்கியவரின் வாழ்க்கையும் அவருடைய கண்ணோட்டமும் குறிப்பிடத்தக்கது. தமிழிலும் மலையாளத்திலுமாகக் கவனிக்கத்தக்க பல புத்தகங்களை எழுதிய அவரோடு இலக்கியங்கள் குறித்தும் அவர் வாழ்க்கை குறித்தும் ஒரு நீண்ட நேர்காணல்.

1944 செப்டம்பர் 26 ஆம் தேதி உங்கள் பிறந்தநாள் என்று குறிப்பிடப்பட்டுள்ளது. அப்படி என்றால் இப்பொழுது 70 வயதைத் தாண்டிவிட்டீர்கள். நீங்கள் கல்வி கற்ற காலங்கள், அந்தச் சூழல்கள், பள்ளியில் அன்றைய கல்விமுறை போன்றவை குறிப்பாகச் சுதந்திரத்திற்கு முன் எப்படி இருந்தது?

1942 ஆம் வருடம் நான் பிறந்திருக்கக்கூடும். அப்படிப் பார்த்தால் இப்போது எனக்கு 73 வயதைத் தாண்டிவிட்டது. அந்தக் காலத்தில் என்னைப் பள்ளியில் சேர்த்தபோது சரியாக ஐந்து வயதில் சேர்த்திருக்க வாய்ப்பில்லை. என்னுடைய அப்பாவோ அம்மாவோ என்னை முறையாகப் பள்ளியில் சேர்க்கவில்லை. நாங்கபாட்டுக்குப் பள்ளிக்கூடத்திற்குப் போவதும் வருவதுமாக இருந்தோம். டி.சி. (மாற்றுச் சான்றிதழ்) தரும்பொழுது ஐந்து வயது என்ற அடிப்படையில் கணக்குப் போட்டுப் பிறந்த தேதியை எழுதித் தருவார்கள். அப்படித்தான் 1944 என்ற வருடம் என் பிறந்த தேதியாகச் சான்றிதழில் காணப்படுகிறது.

என் தந்தையின் பெயர் அப்துல் காதர். அவர் கருவாட்டைச் சிலோனுக்கு ஏற்றுமதி செய்யும் வியாபாரம் செய்து வந்தார்.

சுறாமீனின் சிறகுக்குச் சிங்கப்பூரில் நல்ல மார்க்கெட். அப்பா அதை வாங்கி சிங்கப்பூருக்கு அனுப்புவார். அதேபோல் ஆமையின் ஓடை எடுத்து ஆறு மாதம் மண்ணில் குழிதோண்டிப் புதைத்து, அது அழுகிய பிறகு அதிலிருந்து அலுகு என்ற பொருளைப் பிரித்தெடுப்பார்கள். அதற்கும் சிங்கப்பூரில் அத்தியாவசியத் தேவை இருந்து வந்தது. அப்பாவின் ஏற்றுமதி வியாபாரத்தில் இதுவும் இடம் பிடித்திருந்தது.

தேங்காய்ப்பட்டணத்தில் மிகவும் செழுமையான குடும்பம் எங்களுடையது. அம்மா பெயர் பாத்திமா. திருவனந்தபுரத்தைத் தாண்டித்தான் தேங்காய்ப்பட்டணம் என்ற ஊர். அதை அடுத்து நாகர்கோவில். நாங்கள் மொத்தம் 14 குழந்தைகள். என்னுடைய ஞாபகத்தில் 13 பேர்தான். அதிலும் சிலர் இறந்துவிட்டனர். அண்மையில் ஒரு மூத்த சகோதரி இறந்துவிட்டார். இப்ப நாங்கள் 8 பேர் மட்டும்தான் உயிரோடு இருக்கின்றோம். அப்பாவின் முதல் திருமணத்தில் குழந்தைகள் இல்லாமல் போனதால் இரண்டாவதாகத் திருமணம் செய்துகொண்டார். அதில்தான் நாங்கள் எல்லாரும் பிறந்தோம்.

அன்றைய கல்விமுறை மிகவும் பின்தங்கிய நிலையில்தான் இருந்தது. கல்விக்கு எந்த ஒரு முக்கியத்துவமும் இல்லாமல்தான்

இருந்தது. அப்பாவோ அம்மாவோ எங்களைப் பள்ளிக்கு அனுப்ப எந்த ஒரு முயற்சியும் எடுக்கவில்லை. குழந்தைகளுக்குக் குறிப்பிட்ட வயதானதும் ஆசிரியர்கள் வந்து குழந்தைகளைக் கட்டாயப்படுத்தி அழைத்துக்கொண்டு போவார்கள். அங்கிருந்து பசங்க தப்பித்து வந்தாலும் ஆசிரியர்கள் விடமாட்டார்கள். வந்து மறுபடியும் அழைத்துச் செல்வார்கள். அப்படி ஒருகாலம். இந்நிலைமையில் என் மூத்த சகோதரர்தான் கசான்காண். மேற்படிப்புப் படித்துக் கல்லூரியின் பேராசிரியராக ஆனார்.

அவரின் சரியான பெயர் உசைன் கான். பள்ளிக்கூடத்தில் இருக்கும் வருகை ஏட்டில் அந்தப் பெயர் அப்படி இடம் பெறவில்லை. டி. சி. (T.C.) வாங்கப்போன போதும் பள்ளிக் கூடத்திற்கு வராத ஒரு மாணவனின் பெயர் வந்து வருகை ஏட்டில் உசைன்கான் என்று எழுதப்பட்டிருந்தது. அதோடு அந்த மாணவனின் தந்தை பெயரும் என் அப்பாவின் பெயரும் ஒரே பெயரில் இருந்தது. அப்போது எங்கள் உறவினரான ஒருவர் அந்தப் பள்ளிக்கூடத்தில் அரபி கற்றுக் கொடுக்கும் வாத்தியாராகப் பணிபுரிந்து வந்தார். எங்கள் பிரச்சனையில் தலையிட்டு உசைன்கானின் பெயரில் உள்ள டி.சி.-யை என் சகோதரனுக்கு மாற்றிக்கொடுத்தார். அப்படி அசான்கான் என்ற பெயரில் சகோதரருக்கு உசைன்கான் என்ற புதிய பெயர் கிடைத்தது. பிறகு அம்சி பள்ளிக் கூடத்தில் போய்ச் சேர்ந்தார். அங்குதான் எஸ்.எஸ்.எல்.சி.படித்து முடித்தார். பின் கல்லூரிக்குப்போய் மேற்படிப்பு எல்லாம் படித்து ஆங்கிலப் பேராசிரியராகப் பணியில் சேர்ந்தார். நான் கல்வி கற்ற பள்ளி அம்சி பள்ளியாகத்தான் இருந்தது. அப்போது அம்சி நாராயணப் பிள்ளைதான் பள்ளியின் மேலாளராக இருந்தார்.

தேங்காய்ப்பட்டணத்தில் வாழ்ந்து வந்த முஸ்லீம் குழந்தைகளைப் படிக்க வைத்து நல்ல நிலைமைக்குக் கொண்டுவர வேண்டும் என்ற ஆர்வம் அந்தப் பள்ளி ஆசிரியர்களுக்கு இருந்தது. ஆனால் மாணவர்கள் கொஞ்சம்கூட அவர்களுக்கு ஒத்துழைக்கவில்லை. பள்ளிக்கூடத்திற்குப் போக வேண்டும் என்ற அக்கறையோ விருப்பமோ அந்த மாணவர்களிடம் காணப்படவில்லை. மாணவர்களை ஒன்றாம் வகுப்பில் சேர்த்துவிட்டால் அங்கிருந்து உடனே வீட்டிற்கு ஓடி வந்துவிடுவார்கள். ஆனால் அம்சி பள்ளிக்கூடத்திற்குப் போக மிகவும் உற்சாகமாக இருந்தது. காரணம் அங்கு மாணவிகளும் படிக்க வருவதால். அதுமட்டுமல்ல, அந்தப் பள்ளியில் ஆண்டுவிழா மாதிரியான நிகழ்வுகளை நடத்துவார்கள். அது மிகவும் சந்தோஷமான நாட்கள்.

நாடகம், விளையாட்டுப் போன்றவற்றிலும் விருப்பம் ஏற்பட காரணம் அதுதான். அப்படி நடத்திய நாடகத்தில் என்னுடைய மூத்த சகோதரன் முகமது கான் ஒரு பெண்வேடம் ஏற்று நடித்தார். அது எங்கள் ஊரில் ஒரு சர்ச்சையைக் கிளப்பியது. அதை அறிந்த என்னுடைய அப்பா கோபித்துக் கொண்டார். அந்த நாடகத்தில் நடித்ததின்பேரில் என்னுடைய அப்பா சகோதரனிடம் இரண்டு மூன்று வருடம் பேசிக் கொள்ளவில்லை. என் தந்தையின் சகோதரருக்கு ஆண் குழந்தை இல்லாததினால் அண்ணன் முகமதுகான் வீட்டிலும் நாங்கள் அப்பா வீட்டிலும் வளர்ந்து வந்தோம்.

படிப்பறிவற்ற மக்களின் அறியாமையின் காரணமாக, ஒரு குறுகிய வட்டத்தில் வாழ்ந்து வந்தார்கள்.

ஆகையால் எங்கள் வீட்டில் குழந்தைகள் படிப்பதை எங்க அப்பா விரும்பவில்லை. படிச்சிட்டு நீ என்ன செய்யப்போற? பேசாம நீ எங்கூட வியாபாரம் செய்ய வந்துடுண்ணு சொன்னார். அப்பாவுக்கு இஸ்லாமிய மதபோதனைகளையும், வியாபாரத்தையும் தவிர வேறு எதுவும் முக்கியமில்லை. ஆனால் கணக்கில் மிகவும் கெட்டிக்காரராக இருந்தார்.

அந்தச் சமயத்தில் எங்க ஊருக்கு வாமனாபுரம் மௌலவி என்ற ஒருவர் வயலு சொல்வதற்காக வந்தார். தலையில் முடி வளர்க்கும் இஸ்லாமியர்கள் இரவிலும் பாவம் செய்பவர்களாக இருப்பார்களென்று அவர் சொன்னார். அதுமட்டுமல்ல; ஆங்கிலம் படிப்பதைப் பற்றி மிகவும் கடுமையாக விமர்சித்தார். என் அப்பா அதை மிகவும் கவனமாகக் கேட்டுக் கொண்டிருந்தார். குழந்தைகளாகிய நாங்க அதைக் கவனிக்காமல் வீட்டைச் சுற்றி விளையாடிக் கொண்டிருந்தோம்.

வீட்டிற்கு வந்த எங்களிடம் (அப்பா - வாப்பா) கேட்டார் வயலு கேட்டியா, அவர் சொன்னதெல்லாம் புரிஞ்சுதா? தலையில் முடி வளர்ப்பவன் இரவிலும் பகலிலும் பாவம் செய்பவர்களாம். கேட்டீங்கல்ல? என்றார். அதைக் கேட்ட நாங்கள் பதிலுக்குத் தலையை மட்டும் ஆட்டினோம்.

ஆங்கிலம் கற்றுக்கொண்டால் ஏற்படக்கூடிய தீமை பற்றி ஆங்கிலத்திற்கு விரோதியான அப்பா வழக்காடி எதிர்ப்பைத் தெரிவித்துக் கொண்டிருந்தார். இந்தச் சூழலில்தான் நாங்கள் எல்லோரும் வளர்ந்தோம். என் சொந்த முயற்சியில்தான் உயர் கல்வி பயிலப் போனேன். அதைக்கூட என் தந்தை செய்யவில்லை. அம்சி

பள்ளிக்கூடத்தில் என்னை யார் சேர்த்து விட்டார்கள் என்று எனக்கு நினைவில்லை.

அம்சி பள்ளிக்கூடத்தில் போய்ச் சேர்ந்தேன். அதாவது 6 ஆம் வகுப்பு அன்று அம்சியில் பள்ளிக் கட்டணம் ஒன்னே கால் ரூபாய். எங்கப்பாவின் முதல் மனைவி (பெரியம்மா) தான் அந்தப் பணத்தை ஏற்பாடு செய்து கொடுத்தாங்க. அவர்களும் எங்கம்மாவும், ஒரே வீட்லதான் தங்கியிருந்தாங்க. அப்பா பள்ளிக் கட்டணம் கட்ட காசு கொடுக்கவில்லை. பள்ளிக்கூடத்துக்கு நீ போக வேண்டாம் என்று சொன்னார். நான் அப்போதுதான் அம்சி பள்ளிக் கூடத்துக்கெல்லாம் சென்று கல்வியின் பெருமை, நன்மை பற்றி பலனைப் பயனைப் பற்றி எல்லாம் புரிந்து கொள்ளத் தொடங்கியிருந்தேன்.

பள்ளியில் நிகழ்த்தக் கூடிய ஆண்டு விழா விளையாட்டுகள் போன்றவைகளும் பள்ளி ஆசிரியர்கள் சொல்லித் தருகிற கதைகளும் மனதில் பசுமையாகப் பதிந்து கொண்டது.

அம்சி பள்ளிக் கூடத்தில் படிக்கும்போதுதான் கலைகள் மீது எனக்கு ஆர்வம் உண்டானது.

கல்வி அறிவு இல்லாவிட்டாலும் என் தந்தை சரளமாகக் கதை சொல்லித் தருவார். நபிகளின் கதைகள் பற்றி நாட்டு நடப்பு குறித்து, மற்ற குடும்பத்தைச் சார்ந்தவர்களுடைய சரித்திரம் போன்றவைகளை எல்லாம் சொல்லித் தருவார். அந்தக் கதை ஒரு கிராமமாக இருந்தது. அந்தக் காலத்தில் பெரிய பெரிய முதலாளிகள் தனக்குத்தானே ஒரு கர்வத்தை உருவாக்கிக் கொண்டு வாழ்ந்தவர்களைப் பற்றி எல்லாம் என் அப்பாவின் கதையில் இருக்கும். கல்வியை உற்சாகப் படுத்தவில்லை என்றாலும் அப்பா ஒரு முற்போக்காளனாகத் தான் இருந்தார். எந்த விஷயத்திலும் பிற்போக்காகச் சிந்திக்கமாட்டார்.

மதத்தின் பெயரில்தான் எங்களைப் படிக்க விடாமல் தடுத்தார். மதமும், இஸ்லாமும், மௌலவிகளும் தவறாகச் சொல்வதை எல்லாம் அப்பாவைப் பொறுத்தவரை சரி என்று பட்டதால்தான் அப்படி ஒரு தீர்மானம் எடுத்துக் கொண்டார். நாங்கள் தூங்கப்போவதற்கு முன் எல்லாரையும் அழைத்து வைத்துக் கதை சொல்வதுதான் அவருடைய வழக்கம். கதை சொல்லும்பொழுது நடித்துக் காட்டியபடியே சொல்லுவார்.

ஆராட்டு என்ற உற்சவத்தை நாங்கள் பார்த்ததில்லை என்று சொல்லிவிட்டால், ‘எதுக்குடா அதைப் போய் நீங்க பார்க்கறீங்க’ அப்படின்னு சொல்லி அந்த நிகழ்ச்சியை அப்படியே அழகா

நடித்துக் காட்டுவார். குடும்பத்தில் எல்லா உறுப்பினர்களுமே அச்சமயத்தில் அதை சுவாரஸ்யமாக வேடிக்கைப் பார்த்துக் கொண்டு இருப்பார்கள். அனைவருக்குமே அது ரசிக்கும்படியாக இருந்தது.

என் தந்தை சொல்லித் தந்த கதைகள் தான் என்னுடைய கடலோர கிராமத்தின் கதையாக வந்தது. அல்லாமல் நானாக அதில் எதையும் சேர்க்கவில்லை. அம்சி பள்ளிக் கூடத்தில் படித்தும்கூட பத்தாம் வகுப்பில் *SSLC* யில் இரண்டு முறை தோல்வியடைந்து விட்டேன். அப்போதெல்லாம் மூன்றாவது முறை தோல்வியடைந்து விட்டால் பிறகு தொடர்ந்து படிக்க முடியாது. கடவுள் புண்ணியத்தில் மூன்றாவது முறை ஒரு மதிப்பெண் வித்தியாசத்தில் தேர்ச்சிப் பெற்றேன். அதோடு எனக்குக் கல்லூரியில் சேர்ந்து படிக்க வேண்டும் என்ற ஆசை உருவானது.

நாகர்கோயிலில் அப்பாவிற்கு ஒரு கடை இருந்தது. அந்தக் கடையைப் பார்த்துக்கொள்ள என் மூத்த சகோதரியும், அவங்க கணவரும் அங்குத் தங்கியிருந்தார்கள். அந்தச் சூழ்நிலை எனக்குச் சாதகமாக இருந்தது. நானே தனியாகக் கல்லூரியில் போய்ச் சேர்ந்துகொண்டேன். வாப்பா எதுலயும் தலையிடல. அப்போது கல்லூரியில் சேர இன்றுபோல மிகவும் கண்டிப்புகள் இருந்தது. பெற்றோர் இல்லாமல் கல்லூரியில் சேர்த்துக் கொள்ளவே மாட்டார்கள்.

கேரளா, திருச்சூரைச் சேர்ந்த பேராசிரியர் ஸ்ரீதரமேனன் ஐயா அப்போது அந்தக் கல்லூரியில் தலைமை ஆசிரியராக இருந்தார். பெற்றோர் இல்லாமல் எனக்குப் பள்ளியில் சேர்த்துக் கொள்ள அனுமதியை மறுத்துவிட்டார்கள். என்னோடு படித்த பாரூக் என்பவன் ஒரு கல்லூரியில் போய் சேர்ந்து கொண்டான். அது எனக்கு மிகவும் சங்கடத்தை ஏற்படுத்தியது. அந்த வருத்தம் தாங்காமல் அழுது கொண்டே தலைமை ஆசிரியரின் வீட்டிற்குப்போய் என் நிலைமையை எடுத்துக் கூறினேன்.

எனக்கு மதிப்பெண் குறைவானதால் சேர்க்கைக் கிடைப்பது கொஞ்சம் சிரமமாக இருந்தது. போதாததுக்குப் பள்ளியில் சேர்க்கையும் முடிந்துவிட்டது. இன்னும் எட்டு இடங்கள் பல்கலைக் கழகத்தில் இருந்து அனுமதிப்பெற்று வர வேண்டியிருக்கிறது. அதிலொரு இடத்தை உனக்குத் தருகிறேன் என்று உறுதியளித்தார். அப்படி ஒரு இடம் கிடைத்ததால் தான் கல்லூரியில் சேர்ந்து படிக்க முடிந்தது.

எங்கள் கிராமத்தில் துவக்கப் பள்ளி இல்லாமல் போயிருந்தால் ஆரம்பக் கல்விகூட எனக்குக் கிடைக்காமல் போயிருக்கும். அம்சி பள்ளி இல்லாமல் போயிருந்தால் உயர் நிலைப் பள்ளியில் கல்வி கற்க முடியாமல் போயிருக்கும். நாகர்கோயில் கடை இல்லாமல் போயிருந்தால் கல்லூரியில் சேர்ந்து படிக்க முடியாமல் போயிருக்கும்.

கல்லூரியில் படிக்கின்ற காலங்களில் பல பிரச்சனைகளை எதிர்கொள்ள வேண்டியிருந்தது. நான் எடுத்துக்கொண்ட பாடம் பொருளாதாரம் *(Economics)* இரண்டாம் ஆண்டில் மொழியில் எழுதித் தேர்ச்சி பெற்றுவிட்டேன். மூன்றாம் ஆண்டில்தான் *Subject*-இல் எழுத வேண்டும். ஆனால் இரண்டாம் ஆண்டு முடிந்ததும் என் அப்பா இறந்துவிட்டார். அதோடு வியாபாரமும் நின்று போனது. பிறகு சொத்தில் இருந்து கிடைத்த சொச்ச வருமானத்தில்தான் வாழ்ந்து வந்தோம். பணம் சம்பாதிக்க வேறு வழியில்லை.

அப்பா இறக்கும் பொழுது நாங்க எல்லாரும் சிறு பிள்ளைகள். வீடடில் பொருளாதாரப் பிரச்சனை வேற. இதற்கிடையில் என் மூன்றாம் ஆண்டு தேர்வு எழுத கல்லூரியில் அறுபது ரூபாய் பணம் கட்டவேண்டும். அன்றைய அறுபது ரூபாய் இன்றைய ஆறாயிரம் ரூபாய்க்குச் சமம். யாரிடமும் பணமில்லை. என்ன செய்வதென்று புரியவில்லை. தெரிஞ்சவங்க கிட்ட எல்லாம் போய் கேட்டுப் பார்த்தேன் எங்கும் கிடைக்கவில்லை.

அப்படி ஒருநாள் என் சொந்தக்காரரைப் போய் சந்தித்து விபரத்தைச் சொன்னேன். அவர் எனக்கு சித்தப்பா முறை வேண்டும். ஆனால் கல்வியின் மீது அவருக்கிருந்த அலட்சியத்தாலும், வெறுப்பின் காரணத்தாலும் பணம் தர மறுத்துவிட்டார். அதன்பிறகு அந்தத் தேர்வு எழுதவே இல்லை. அந்த ஏக்கம் கல்லூரிப் படிப்பை முடித்துவிட்ட பிறகு கூட கல்வி மீது எனக்கு ஒரு விரக்தியை ஏற்படுத்தியது. அதன் பிறகு சில காலம் சும்மா இருந்தேன். பின் மிளகு வியாபாரம் செய்தேன். சில பிரச்சனை காரணம். எங்களோடு கொஞ்சம் விலகியிருந்த மூத்த சகோதரரோடு சேர்ந்து தேங்காய் வியாபாரம் செய்தேன். அதனால் சீட்டாட்டக் கும்பலில் போய் மாட்டிக்கொள்ளாமல் தப்பித்துக்கொள்ள முடிந்தது. அப்போதே எனக்குச் சம்பிரதாயத்தைப் பற்றி எழுத வேண்டுமென்று எண்ணம் இருந்தது.

என் மூத்த பெண் எடுத்த வீட்டில் அவர் எந்த ஒரு தப்பும் தவறும் செய்யவில்லை. ஆனால் எதுக்காகவோ பள்ளி நிர்வாகிகள் கமிட்டியினரை அண்ணன் திட்டியிருக்கிறார். அதனால் அண்ணனை அவமானப்படுத்திப் பார்க்க பள்ளி நிர்வாகிகள் முயற்சி செய்தார்கள். எங்கள் அண்ணன் அவர்களைத் திட்டிய காரணத்தால் எங்களை ஊர்க்காரர்கள் ஊரைவிட்டுத் தள்ளி வச்சிட்டாங்க.

நெருங்கிய சொந்தக்காரர்கள்கூட எங்ககூட பேசல. அப்போது நான் மெட்ராஸ்ல ஒரு எண்ணைக் கடையில் சம்பளக்காரனாக வேலை பார்த்து வந்தேன். ஆனால் அங்கு என்னால் மனநிறைவோடு இருக்க முடியவில்லை. காரணம் எங்க குடும்பத்தை ஊர்ல தள்ளி வச்சுட்டதாலயும், அவங்க அவமானப்பட்டதாலயும், என் மனது மிகவும் வேதனைக்குள்ளானது. எங்க வீட்டுக்குப் பக்கத்துலதான் ஜமாத்து ஊர்த் தலைவரின் வீடு. அந்த ஊரிலுள்ள இஸ்லாம் மக்கள் அனைவருமே ஜமாத்தில் மிகவும் நம்பிக்கைக் கொண்டவர்களாக இருந்தார்கள். அதனால் அனைவருமே எங்களைக் குறை சொல்லிக் கொண்டே இருந்தார்கள். அப்ப எங்களுக்கிருந்த ஒரே ஒரு பலம் கம்யூனிஸ்ட்காரர்களுடைய ஆதரவு மட்டுமே. அவர்கள் எங்களுக்கு ஆதரவு கொடுத்தார்கள். அப்பொழுது நான் ஒரு கதை எழுதினேன். அந்தத் தேங்காய்ப்பட்டணம் முழுவதும் விற்றார். ஜமாத்து விசுவாசிகளுக்கு அது கோபத்தை ஏற்படுத்தியது. ஊர்க்காரர்கள் அனைவரும் என்னை உதைக்காமல் விட்டுவிட்டார்களே என்ற கோபத்தில் ஜமாத்தின் தலைவர் ராஜினாமா செய்துவிட்டு வெளியே வந்தார்.

என் திருமணம் வந்து பக்கத்திலுள்ள ‘எனயம்’ என்றொரு கிராமத்தில்தான் நடந்தது. அவள் பெயர் ஜலீல் (மனைவி) கொஞ்சம் படித்திருந்தாள். அன்றைய சூழ்நிலைக்கு ஏற்றவாறு கிடைத்த கல்வி அது.

இந்தப் புரட்சிகளுக்கிடையில் தான் என் திருமணம் நடந்தது. எனக்கு யாரும் பெண் தர முன் வரவில்லை. அந்தச் சூழலில் எங்களுக்கு யாராவது பெண் தர முன்வந்தால், கிராமத்தில் உள்ள மக்கள் வந்து அதைத் தடுத்தார்கள். எனக்கு முப்பது வயதாகியிருந்தது. யாருமே பெண் தரவில்லை. போன இடங்களிளெல்லாம் எங்கள் குற்றங்களையும், குறைகளையும் சொல்லி எதிர்த்தார்கள். கடைசியில் ஜமாத்து இஸ்லாமியருடைய எதிர்ப்பைப் பொருட்படுத்தாமல் அதனை உதறிவிட்டு ஒருவர் தைரியமாகப் பெண் தர முன் வந்தார்.

ஒரு நபர் என்னிடம் வந்து ஊரைவிட்டு விலக்கி வைத்த கதையைச் சொன்னார். அந்தக் காலத்தில் முதலாளிகள் ஏழைகளை ஊரைவிட்டுத் தள்ளி வைக்கும் போது பள்ளிவாசலின் முன்னால் இருக்கின்ற கருமை நிறம் கொண்டு ஒரு பெரிய கல்லில் வந்து அமருவார்களாம். பள்ளிக் கமிட்டியின் செயலாளர் அங்கு வந்து அமர்ந்துகொண்டு ஊர் விலக்குப் பற்றிய பிரச்சனையை விளக்குவார்.

அப்பா சொல்லித்தந்த கடலோர கிராமத்தின் கதையைத்தான் நான் எழுதி நாவலாக்கினேன். பிறகு அப்பா சொன்ன மற்றக் கதைகளைத் தமிழில் எழுதி 1968-ஆம் ஆண்டில் வெளியிட்டேன். அந்த நாவல் மலையாளம், தமிழ், தெலுங்கு, கன்னடம் போன்ற மொழிகளிலெல்லாம், மொழிபெயர்க்கப்பட்டு வெளிவந்தது. மூன்றாவதாகக் கூனன் தோப்பு என்ற நாவல் - 1993-ஆம் ஆண்டில் வெளியிட்டேன். 1965-இல் எழுதியதைத்தான் யாரும் வெளியிட முன்வரவில்லை. இனப்பிரச்சனை சண்டையை மையமாக வைத்து எழுதப்பட்டவை.

இனக்கலவரம் இல்லாத காலத்தில் மீனவர்களுக்கும், முஸ்லீம்களுக்கும் இடையில் எப்போதும் ஏற்படுகின்ற மோதல் பற்றிய கதை அது. இனக்கலவரத்துக்குப் பிள்ளையார் சுழிபோட்டு விடக்கூடாது என்று கருதி அந்தக் கதையை யாரும் பிரசுரமாக்க முன் வரவில்லை. பீஷ்மஷா ஹரினியின் தமாஷ் வெளிவந்தது. அதற்கு முன்னமே கூனன்தோப்பு நாவல் வெளிவந்தது.

கூனன் தோப்பும், துறைமுகம், சாய்வு நாற்காலி போன்ற கதைகளை நான்தான் வெளியிட்டேன். கடலோர கிராமத்தின் கதையிலும் முஸ்லீம் சமுதாயத்திற்குள் பிரச்சனைகள் ஏற்பட வாய்ப்பு இருக்கிறது என்று கருதி ஒரு பதிப்பாளர் என்னுடைய படைப்புகளை வாங்க மறுத்து வராமலேயே இருந்தார். கடலோர கிராமத்தின் கதை வெளி வந்த சமயத்தில் பெரிய கிளர்ச்சியை ஏற்படுத்தியது.

உங்களுடைய படைப்புகளின் உள்நோக்கம் மதவாதிகளின் சிந்தனைகளுக்கும், எண்ணங்களுக்கும் சவால் விடுவது மாதிரிதான் இருக்கிறது. நீங்களும் உங்க குடும்பமும் அனுபவித்தக் கொடுமை ஊரை விட்டுத்தள்ளி வைத்தது போன்றவை எல்லாம்தான் உங்களை அப்படியான ஒரு மனநிலைக்குத் தள்ளியதா?

ஆமாம். அந்த மதவாத எண்ணங்களுக்கு இப்போது பெரிய மாற்றம் ஏற்பட்டிருக்கிறது. குழந்தைகளைப் படிக்க வைக்க

வேண்டும். அவர்களை நன்றாக வளர்க்க வேண்டும் என்ற எண்ணங்கள் வந்திருக்கிறது. அதற்கான முக்கிய காரணம் பெண்களுக்குக் கல்வி அறிவைப் புகட்டியதுதான். முஸ்லீம்களுக்கு மத்தியில் பெரிய ஒரு மாற்றம் ஏற்பட முக்கியக் காரணம் பெண்களுக்கு அளிக்கப்பட்ட கல்வியே!

தாய்மார்கள்தான் தம்முடைய குழந்தைகளின் ஒவ்வொரு அசைவுகளையும் கவனித்துக் கொள்வார்கள். தன் குழந்தைகளை அதிகாலையில் எழுப்பிப் புறப்பட வைத்துப் பள்ளிக் கூடத்திற்கு அனுப்புவதும் எல்லாமே பெண்கள்தான். அந்தச் சிந்தனை அவர்களிடத்தில் மட்டும்தான் இருக்கும். தந்தைமார்கள் அதில் தலையிடமாட்டார்கள்.

ஒரு ஐம்பது வருடத்திற்குமுன் இப்படியொரு எண்ணம் தோன்றியிருந்தால் சமுதாயத்தில் பெரிய ஒரு மாற்றம் ஏற்பட்டிருக்கும். என் பேரக் குழந்தைகளை அவர்களுடைய அம்மா எந்த அளவிற்கு அக்கறையா கவனித்துக் கொள்கிறார்கள். ஆனால் எங்க காலத்தில் நாங்க எந்த மொழியில் படிக்கிறோம் என்றோ? எந்த மொழியில் எழுதினோமென்றோ? எதுவுமே அப்பாவிற்கும், அம்மாவிற்கும் தெரியாது. ஆனால் இப்பொழுது அப்படியா? எல்லா விஷயத்திலும் அம்மாக்கள் மிகவும் கவனம் செலுத்தி வருகிறார்கள்.

அன்று நாங்கள் படித்ததைப் பற்றியோ தேர்ச்சிப் பெற்றது குறித்தோ தோல்வி அடைந்தது குறித்தோ எதுவுமே எங்களுடையப் பெற்றோருக்குத் தெரியாது.

எங்களைத் தவிர மற்ற சமுதாயத்தைச் சார்ந்த குழந்தைகளும் பள்ளியில் படித்து வந்தார்கள். அவர்கள் தேர்வு எழுத வந்தால் டீயோ, பாலோ எடுத்து வந்து அவர்களுடைய அப்பாக்கள் வெளியே காத்திருப்பார்கள். நாங்கள் தொண்டை வறண்டு தாகத்தோடு சோர்ந்திருப்போம். இப்படி மற்றச் சமுதாயத்தைச் சார்ந்தவர்கள் முஸ்லீம் சமுதாயத்தைக் காட்டிலும் ரொம்பவும் முன்னுக்கு வந்து விட்டார்கள். இதில் மிகப் பெரிய மாற்றம் என்னவென்றால், பெண்களுக்குக் கல்வி கற்க முடிந்ததுதான். என் மூத்த சகோதரி படிக்கவில்லை. ஒருவேளை பத்தாம் வகுப்பு *(SSLC)* வரையாவது படித்திருந்தால் அவள் இந்திராகாந்தி அம்மையாரைப் போலவே ஆகியிருப்பாள். என் சகோதரி அந்த அளவிற்கு அறிவாற்றலோடு இருந்தாள். பெண்களை வெளியேவிடாமல் வீட்டிற்குள்ளேயே முடக்கி வைத்து வளர்த்தெடுத்த மனோபாவம்தான் அன்று முஸ்லீம் சமுதாயம் பின்தள்ளப்படக் காரணம்.

மதவாத மனோபாவத்தை எதிர்த்தபோது, எதிர்க்கும் பொழுது நண்பர்களின் மத்தியில் இருந்து உங்களுக்கு ஏதாவது உதவி கிடைத்ததா. அப்படியான ஒரு நட்பு வட்டம் உங்களுக்கிருந்ததா?

இல்லை. நான் எழுதுவது எல்லோருக்குமே எதிர்ப்பாகத்தான் இருந்தது. அவன் எழுதுவது சரியான விஷயம்தான் என்று சொல்ல யாரும் முன் வரவில்லை. ஆனால் அப்போதும் சமுதாயத்தில் நன்றாகப் படித்தவர்களும் இருந்தார்கள். அவர்களுக்குப் பின்தங்கிப்போன அந்தச் சமுதாயத்தைப் பற்றிப் புரிந்ததினாலோ என்னவோ அப்படியான ஒரு மாற்றம் தேவை என்ற அபிப்பிராயம் அவர்களுக்கிருந்தது. ஆனால் அவர்களை எல்லாம் எனக்கு நேரடியாகப் பழக்கம் இல்லை. அதனாலோ என்னவோ யாரும் எனக்கு உதவவில்லை.

M.A. அப்துல் வஹாப் சாயிப் என்பவர் ஒரு பெரிய சிந்தனை வாதியாக இருந்தார். கரான் என்ற இஸ்லாமிய நூலை அவர் மொழி பெயர்ப்புச் செய்திருந்தார். அதுமட்டுமல்ல; நல்ல பேச்சாளரும் கூட. அவர் என் எழுத்தைப் பாராட்டினார். அவர் போகும் இடங்களில் எல்லாம் என்னைப் பாராட்டிப் பேசிவந்தார். அவர்தான் என்னைத் தமிழில் எழுத ஊக்கப்படுத்தினார். அதுமட்டுமல்ல. என் கதைகள் முதன் முதலில் தமிழில் அச்சடித்து வெளிவிட உதவியதும் அவரே. என் வளர்ச்சிக்கு அடிப்படைக் காரணம் அப்துல் வாஹிப் சாயிப் அவர்கள் தான். அவரும் மெட்ராஸ்தான். எங்க கிராமத்துக்காரரர் அல்ல. கல்வி அறிவு இல்லாதவர்களும், கலை உணர்வில்லாதவர்களும் என்னை எதிர்த்தார்கள். முஸ்லீம் பேராசிரியர்கள் கூட என்னைப் பற்றி அவதூறு சொல்லிப் பரப்புவதில் விருப்பம் காட்டினார்கள்.

என் அப்பா மதபோதகர்களுக்கு எதிரானவராக இருந்தார். அப்பா கண்ட பார்த்த என் ஊரிலிருந்த தங்கள் இஸ்லாமிய போதகர் எல்லாம் மிகக் கொடுமையானவர்களும், பெண்மோகம் பிடித்தவர்களாகவும் இருந்தனர். அதனால் வாப்பா அவர்களை எல்லாம் வீட்டுக்குள்கூட அனுமதிக்கவேயில்லை.

இந்தியா சுதந்திரம் பெறுவதற்கு முன் பிறந்த ஒருவர் என்ற நிலையில் இந்திய சுதந்திரப் போராட்டம் குறித்தும், மொழி அடிப்படையில் மாநிலங்கள் உருவானது குறித்தும் உங்களுக்கு ஞாபகங்கள் இருக்கிறதா?

சுதந்திரப் போராட்டத்தைப் பற்றிச் சரியாக ஞாபகம் இல்லை. ஆனால் மொழிகளுக்கானப் போராட்டம் நடந்தது. நல்லா ஞாபகமிருக்கு. சுதந்திரப் போராட்டத்தின்போது நான் சின்னஞ்

சிறுவன். பத்துப் பதினொரு வயதிருக்கும். உயர் கல்விப் பள்ளியில் மாணவனாகப் படித்துக்கொண்டிருந்தேன். நாயன்மார் என்ற சாதியைச் சார்ந்தவர்களுக்கு அன்று எங்க ஊரில் பெரிய அந்தஸ்து இருந்தது. இருந்தாலும் முஸ்லீம் சமுதாயத்தோடு நெருங்கிய தொடர்பில் இருந்தார்கள். மிகவும் வெறுக்கப்பட்ட ஜாதி நாடாராக இருந்தது. நாயன்மார் நாடார்களை இழிவுபடுத்த முயற்சி செய்து கொண்டிருந்தார்கள். அப்போது பட்டம் தானுபிள்ளைதான் கேரளாவின் முதல் அமைச்சராக இருந்தார்.

பின்தங்கிய நாடார் வகுப்பைச் சார்ந்தவர்களுக்கு அப்போது அரசு கல்வி மறுக்கப்பட்டிருந்தது. ஆனால் காலப்போக்கில் கல்வி உரிமைக்காக அவர்கள் மேடை ஏற ஆரம்பித்தார்கள். கல்வி முறையில் எங்களுக்கும் சலுகைகள் அளிக்க வேண்டுமென்று கோரிக்கை வைத்தனர்.

குஞ்சன் நாடார், நேசமணி நாடார் போன்றவர்களுடைய தலைமையில்தான் அந்தப் போராட்டம் நடந்தது. ஆரம்ப கட்டத்தில் தமிழ் நாட்டோடு சேரவேண்டும் என்ற கோரிக்கையை அவர் முன் வைக்கவில்லை. அரசாங்க வேலைக்காகும் கல்வி சம்பந்தப்பட்ட விஷயங்களுக்கும் எங்களுக்கும் சேர்க்கை வேண்டும் என்றுதான் போராட்டம் ஆரம்பத்தில் நடந்தது. நாகர்கோவில், மார்த்தாண்டம், புதுக்கோட்டை போன்ற இடங்களில் அதற்கானக் கூட்டங்கள் போடப்பட்டது. ஆனால் மார்த்தாண்டத்தில் நீக்கு போக சரியான ரோடு இல்லை. கூட்டத்தில கலந்துக் கொள்ள பேரணியாகப் போகும் வழியில் எல்லாம் நெடுக மரங்களை வெட்டி குறுக்கே போட்டு வழி மறித்தார்கள் நாடார்கள்.

குஞ்சன் நாடார்தான் அந்தப் பேரணிக்குத் தலைமை தாங்கினார். பேசுவதற்காகப் பேச்சாளர் மேடை ஏறியபோதே துப்பாக்கிச் சூடு நடந்தது. ஆட்கள் நாலாபுறமும் சிதறி ஓடினார்கள். பலபேர் அதில் இறந்து போனார்கள். கிட்டத்தட்ட ஐம்பது பேர் இறந்து போயிருப்பார்கள். ஆனால் அரசுக் கணக்குப்படி வெறும் ஆறுபேர் மட்டுமே என்று அவர்கள் நினைவாகப் புதுக்கடையில் மணிமண்டபம் கட்டி சிலைகள் வைத்து அவர்களின் பெயர்களை எழுதி வைத்திருக்கிறார்கள். அந்தப் போராட்டம் தான் பிற்காலத்தில் மொழிப் போராட்டமாகப் பதிவு செய்யப்பட்டிருக்கிறது. தமிழ்நாட்டோடுச் சேர்ந்த பிறகுதான் நாடார் சமுதாயம் கொஞ்சம் கொஞ்சமாக முன்னேறியது என்று சொல்லலாம்.

எழுத்து வாழ்க்கையை உருவாக்குவதில் எழுத்தாளனின் சுற்றுவட்டாரத்தைப் பற்றிய சூழல்களில் பங்குண்டு. ஓ.வி.விஜயன் கசாக்கின் இதிகாசம் எழுதும்போது கசாக்கின் கிராமமும், அந்த வட்டார வழக்கு மொழியும், கலாச்சாரமும் அந்த நாவலில் முக்கியப் பங்கு வகிக்கிறது. தோப்பில் முஹம்மது மீரானின் எழுத்திலும் இது வந்து போயிருக்கலாம். குறிப்பாக வட்டார வழக்கு மொழியின் அழகை எழுத்தில் கொண்டு வருகின்றபோது என்ன மாற்றங்கள் ஏற்பட்டிருக்கிறது?

எங்கள் கிராமத்தில் ஐந்து விதமான முறையில் தமிழ் பேசக்கூடிய சமுதாயங்கள் வாழ்ந்து வந்தனர். மீனவர்கள் பேசுகின்ற தமிழ் அல்ல முஸ்லீம்கள் பேசுவது. நாடார்களுடைய தமிழ் அல்ல நாயன்மாருடைய தமிழ். அதே போல் பறையர்கள், புலயர்கள் போன்றவர்களுடைய தமிழும் வித்தியாசமாகத்தான் இருந்தது. சீயோனிலிருந்து வந்தவர்களுடையத் தமிழ் போல அல்ல எங்கள் பகுதியைச் சார்ந்தவர்களுடையத் தமிழ். கடலோர கிராமத்தின் கதையை நான் முதலில் மலையாளத்தில்தான் எழுதினேன். பிறகு அது ஏனோ சரியாக அமையவில்லை. அந்த முயற்சியைக் கைவிட்டுத் தமிழில் எழுதினேன்.

உங்களை வாசக உலகிற்கு அழைத்துப்போன எழுத்தாளர், படைப்பு, நூலகம் அதைப் பற்றிய அனுபவம் குறித்து சொல்லுங்கள்?

வாசிக்க என்னை யாரும் தூண்டவில்லை. நானாகவே தான் வாசிக்க ஆரம்பித்தேன். பள்ளிக்கூடத்தில் படிக்கும்போது 'திலோத்தமா' என்ற ஒரு கதைப் புத்தகத்தை ஆசிரியர் எனக்கு வாசிக்கத் தந்தது நன்றாக ஞாபகத்தில் இருக்கிறது. எங்க ஊரிலிருந்து பைங்குளம் என்ற ஒரு கிராமம் இருக்கு. அது நாயன்மார்கள் நடத்தி வரும் நூலகம். தேங்காய்ப்பட்டணத்து முஸ்லீம்களுக்கு அவர்கள் புத்தகம் தரமாட்டார்கள். அதனாலேயே வேறு யாரும் அங்குப் போவதில்லை. அந்த நூலகம் கிட்டத்தட்ட எப்போதுமே அடைத்துத் தான் கிடக்கும். அதுமட்டுமல்ல, செக்ரட்டரி எப்போதுமே வீட்டில் ஓய்வெடுத்துக் கொண்டிருப்பார். அவர் அறிமுகப்பட்ட பிறகுதான் மலையான எழுத்தாளனான முட்டத்து வர்க்கி, வல்லச்சிறை மாதவன், மெய்து படியத்துப் போன்றவர்களுடைய படைப்புகள் எல்லாம் வாசிக்கக் கிடைத்தது. பிறகு வைக்கம் முகம்மது பஷீர், தகழி சிவசங்கரப் பிள்ளை, கேசவதேவ், போன்றவர்களுடையப் புத்தகங்களை எல்லாம் எனக்கு அந்த நூலகத்தில் இருந்துதான் வாசிக்கக் கிடைத்தது. புத்தகங்களைப் படிப்பதற்காகவே பல கிலோ மீட்டர்கள் நடந்துபோய் வாசித்திருக்கிறேன்.

அன்று செக்ரட்டரி எனக்குப் புத்தகம் தராமல் போயிருந்தால் என் வாசிப்பு நின்று போயிருக்கும். பிற்காலத்தில் கல்லூரி நூலகத்தையும் நான் மிகவும் பயன்படுத்திக் கொண்டேன். கல்லூரியில் குறிப்பிட்ட ஒரு நாள் மட்டுமே புத்தகம் தருவார்கள். நான் ஒரு புத்தகப் புழு என்பதால் நூலகத்தின் பொறுப்பிலிருந்தவர் எனக்கு நிறைய புத்தகங்களை வழங்கினார்.

உங்களுக்குள் தாக்கம் ஏற்படுத்திய எழுத்தாளர் யார்?

அப்படித் தாக்கம் ஏற்படுத்தியவர்கள் என்று யாரையும் சொல்வதற்கில்லை.

இருந்தாலும் வைக்கம் முகம்மது பஷீரின் படைப்புகளை முழுமையாக வாசித்துள்ளேன். முஸ்லீம் சமூகத்தின் வாழ்க்கையைக் குறித்து அவர் எழுதியதைக் கண்டு நாமும் ஏன் அப்படி எழுதக்கூடாது என்ற எண்ணம் என்னுள் தோன்றியது. தேங்காய்ப்பட்டணமும் அந்த ஊர் முஸ்லீமின் மொழியும் பலருக்குத் தெரிய வாய்ப்பில்லை. அப்போது தமிழில் அதிகம் யாரும் வாசித்திருக்க வாய்ப்புமில்லை. தமிழில் நான் அதிகம் வாசித்தது சுந்தர ராமசாமியின் புத்தகங்களும், கி.ராஜ நாராயணனின் புத்தகங்களும்தான். நாட்டுப்புறக் கலைகள் குறித்த அவருடையப் புத்தகம் என் கவனத்தை ஈர்த்தது. நம்முடைய மொழியில் எழுத வேண்டும். அது என் கிராமத்து மொழியில் எழுத வேண்டும் என்ற சிந்தனை மட்டும்தான் வாசிப்பு மூலம் எனக்குள் ஏற்படுத்திய ஒரு தாக்கம். எங்க ஊர் மனிதர்களுடைய வாழ்க்கையைச் சொல்ல இங்கு யாருமில்லை என்று எனக்குத் தோன்றியது. அல்லாமல் இலக்கியத்தின் அகராதிகள் கற்றுக்கொண்ட ஒரு எழுத்தாளன் அல்ல நான்.

இப்போதுகூட *Post modernism* என்றால் என்ன? வென்று எனக்குத் தெரியாது.

உங்கள் படைப்புகளை ஆதாரமாக்கிக்கொண்டு Ph.D., **ஆய்வுகள்கூட வந்து விட்டதே?**

Ph.D., செய்பவர்களோடு எனக்குப் பெரிய மதிப்பு இல்ல. வெறுப்பா இருக்கு. பல மாணவர்களுக்கும் அதற்கானத் தகுதியில்லை. ஒருவரைப் பற்றிப் படிக்கும்போது அவர்களைப் பற்றி சரியான முறையில் ஆய்வு மேற்கொள்ள வேண்டும். குறிப்பு எடுக்க வேண்டும்.

நீங்க நாவல் எழுதும்போது கடைப்பிடிக்கக் கூடிய விஷயங்களெல்லாம் என்னென்ன? சரியான திட்டமிடலோடுதான் எழுத ஆரம்பிப்பீர்களா? பொதுவாக கதாபாத்திரங்களைத் தேர்ந்தெடுப்பதிலும் கதையின் கருவை விரிவுபடுத்துவதிலும் என்னென்ன முறைகளைப் பின்பற்றுகிறீர்கள்?

நாவல் எழுத வேண்டும் என்று சிந்தனை வரும்பொழுது என் மனதில் பல விஷயங்கள் ஓடிக்கொண்டே இருக்கும். அதை எப்படி முடிக்க வேண்டும் என்பதைப் பற்றி எந்த ஐடியாவும் இருக்காது. என்னிடம் வந்து நீங்கள் என்ன நாவல் எழுதுகிறீர்கள்? எப்படி எழுதுகிறீர்கள் என்று கேட்டால் எனக்குச் சொல்லத் தெரியாது. சில பேர் எழுதும்போது முன்னதாக ஒரு திட்டமிடல் இருக்கும். ஆனால் என்னிடம் அது இல்லை. இதுவரை நான் அப்படி ஒரு திட்டமிடலோடு எழுதியதே இல்லை. ஒரு கதாபாத்திரத்தைக் கற்பனை செய்கிறோம். உதாரணமாக என்னுடைய கடலோர கிராமத்தில் வடக்கு வீட்டில் அஹமத் கண்ணு என்றொரு செல்வந்தரான முதலாளி கதாபாத்திரம் வரும். அந்தக் கதாபாத்திரத்தை எப்படி உருவாக்க வேண்டும் என்பது பற்றி ஆழமாகச் சிந்திப்பேன். அதற்காக எனக்கு அனுபவமில்லாத பல குணாதிசயங்கள் கொண்ட மனிதர்களுடைய கதாபாத்திரங்களை ஒரு கதாபாத்திரத்துக்குள் கொண்டுவந்து நுழைக்கிறேன். அப்படி நாலைந்து முதலாளிகளுடைய குணாதிசயங்களை அஹம்மது கண்ணு என்ற முதலாளி கதாபாத்திரத்துக்குள் கொண்டு வந்து நுழைத்தேன். கதை எழுதும்போது எதுவும் முன் கூட்டியே நிச்சயிக்கப்படுவதில்லை. அதுதான் என்னுடைய பழக்கம். அதுமட்டுமல்ல; எதையும் டயரி தாள்களில் குறித்து வைத்துக் கொள்வதுமில்லை. அதேபோல் எழுதுவதற்கு என்று குறிப்பிட்ட ஒரு இடத்தைத் தேர்ந்தெடுத்துக் கொள்வதுமில்லை. நான் எழுதுவது என் குழந்தைகளின் கூச்சலுக்கு நடுவேதான். அறையிலும், வெளியிலுமாக இரண்டு தொலைக்காட்சிகள் உள்ளது. இரண்டு குழந்தைகளும் போட்டுக்கொண்டு ஒரே கூச்சலும், சத்தமுமாக இருக்கும். ஆனால் அது என்னைப் பாதிக்கவே இல்லை. எழுதுவதற்கு என்று ஒரு தனிமை எனக்குத் தேவையில்லை. அது கிடைப்பதுமில்லை. என் இளைய மகன் கூறுவான்: “அப்பா இந்தக் கூச்சலுக்கு நடுவே இருந்துகொண்டு எழுதி இத்தனை விருதுகள் வாங்கி இருக்கிறார். ஒருவேளை எந்தவொரு கூச்சலும் இல்லாமல் அமைதியான ஒரு சூழ்நிலையில் அமர்ந்துகொண்டு எழுதியிருந்தால் அப்பாவிற்கு நோபல் விருதே கிடைத்திருக்கும்” என்பான்.

‘ஒரு கடலோர கிராமத்தின் கதை’ புத்தகமாக வெளிவந்தபோது அது இஸ்லாமியர்களுக்கு எதிரானது என்ற ஒரு தவறான கருத்தைத் தமிழ்நாடு முழுக்கப் பரப்பிவிட்டார்கள் சிலர். அந்தக் கதையை எழுதும்போது இஸ்லாமிய வாசகர்களை மட்டும்தான் கவனத்தில் கொண்டிருந்தேன். இஸ்லாமியர்கள் அல்லாத வாசகர்களைப் பற்றி கவனத்தில் வைக்கவில்லை. அந்தப் புத்தக வெளியீட்டு விழாவின்போது முப்பத்தைந்து புத்தகங்கள் விற்பனையாகி இருக்கும். அப்படி வாங்கி வாசித்தவர்கள்தான் அப்படி ஒரு தவறான புரளியைக் கிளப்பி விட்டார்கள்.

கடலோர கிராமத்தின் கதை தேங்காய்ப்பட்டணத்தின் சரித்திரம் என்று நினைத்துதான் பலரும் அதை வாங்கிப் படித்தார்கள். இல்லாவிட்டால் யாரும் அதனை வாசித்திருக்க மாட்டார்கள். ஆரம்பக் கட்டத்தில் இஸ்லாமியர்கள் யாரும் அதை வாசிக்கவில்லை. பேராசிரியரான என்னுடைய நண்பன் பரூக் மேடைகளில் பேசப் போன இடங்களிலெல்லாம் கடலோர கிராமத்தினுடைய இரண்டு புத்தகங்களை எடுத்துக்கொண்டு போவார். பேசும்போது அந்தப் புத்தகத்தைப் பற்றியும் குறிப்பிடுவார். உடனே இரண்டு புத்தகங்கள் அங்கு விற்பனையாகிவிடும். அப்படி கொஞ்சம் விற்பனையானது. மீதியிருந்த புத்தகங்கள் எல்லாம் யாரும் வாங்காமல் என் வீட்டிலேயே முடங்கிக் கிடந்தன. என்ன செய்வதென்றே தெரியவில்லை? அதை அச்சடிக்க அன்று ஏழாயிரம் ரூபாய் செலவானது. அப்படியே வருடங்கள் ஓடிப்போனது. புத்தகங்கள் எல்லாம் தூசி படிந்து கிடந்தது. அப்பொழுது என்னுடைய இளைய மகனுக்கு எட்டோ ஒன்பதோ வயதிருக்கும். ஒரு நாள் அவனை அழைத்து, “டேய், இது இப்படித் தூசிப்பிடிச்சுக் கிடக்கு. இத எடுத்து வச்சு என்ன பிரயோஜனம்? இடத்துக்கும் கேடு. இதையெல்லாம் கட்டுப் பிரித்துத் தீ வைத்திடலாம். யாரும் வாங்காத, கேட்காத இதை இங்க எதற்கு வச்சிருக்கனும்? தூக்கிப்போட்டு எரிச்சிடலாம்” என்றேன். அப்போது அவன் சொன்னான்: “அப்பா அது அங்கேயே இருக்கட்டும். எப்போதாவது ஒருகாலத்தில் ஆட்கள் இந்தப் புத்தகத்தை வாங்க தேடி வருவார்கள்” என்றான்.

அன்று என்மகன் பேச்சைக் கேட்டதினால் மீதியிருந்த புத்தகங்களை எரிக்காமல் விட்டுவிட்டேன். ஆயிரம் புத்தகங்கள் அடங்கிய ஒரு கட்டு வீட்டிலேயே முடங்கிக் கிடந்தது. அப்போதுதான் திருவனந்தபுரத்தில் வைத்து ஆ.மாதவன் என்ற

எழுத்தாளரைச் சந்தித்தேன். என் சங்கடத்தை அவரிடம் சொன்ன போது அவர் சில முகவரிகளைத் தந்து அந்த முகவரியில் உள்ளவர்களுக்கெல்லாம் புத்தகங்களை அனுப்பி வைக்கும்படி கூறினார். அதன்படியே பணம் பெறாமலேயே புத்தகங்களை அனுப்பி வைத்தேன். பின் என்னிடம் மீதம் இருந்தது ஐநூற்றுக்கும் குறைவானப் புத்தகங்கள் மட்டுமே. புத்தகம் இலவசமாகக் கிடைத்ததினால் அப்படி வாசித்த வாசகர்களில் சிலர் அந்தப் புத்தகத்தைப் பற்றி இதழ்களில் விமர்சனங்கள் எழுதினார்கள். அந்த விளம்பரம் புத்தகத்திற்குக் கொஞ்சம் டிமாண்டை ஏற்படுத்தியது.

பலரும் அறியாத ஒரு புதிய உலகத்தை அல்லவா நான் அதில் படைத்திருந்தேன். என்னிடம் தமிழ்நாடு சென்ட்ரல் நூலகக் கவுன்சிலில் இருந்து புத்தகத்தைக் கேட்டார்கள். அவர்களுக்கு அனுப்பி வைத்தேன். அதற்குப் பணமும் தந்தார்கள். அதற்கு முன் பல்கலைக் கழகத்தில் அந்த நூலை பாடப்புத்தகமாக போடுவதற்குக் கேட்டபோது நான் அதிலிருந்து பதினாறு புத்தகங்களை மதுரை பல்கலைக் கழகத்துக்கு அனுப்பி வைத்தேன். அதோடு கோயமுத்தூர் பாரதியார் பல்கலைக் கழகத்துக்கும் பதினாறு புத்தகங்களை அனுப்பி வைத்தேன். பல கல்லூரிகளிலிருந்தும் புத்தகம் தேவை என்று கேட்டார்கள். அந்தச் சமயத்தில் அப்போதுதான் பல பதிப்பகங்கள் என்னைத் தேடி வந்து புத்தகத்தை அச்சடித்து வெளியிடத் தயாராக இருந்தார்கள். ஆனால் அவர்கள்மேல் எனக்கு நம்பிக்கை இல்லாததினால் நானே அச்சடித்து வெளியிட முன்வந்தேன். அதற்குப் பணம் திரட்டுவதற்காகப் பல இடங்களில் முயற்சி செய்தேன். ஏமாற்றம்தான் மிச்சம். அப்படியான சூழலில் கல்லூரி திறக்கப் போகின்ற நாட்கள் நெருங்கிக் கொண்டிருந்தன. முதலில் வந்து சந்தித்துப் புத்தகத்தை அச்சடித்து வெளியிடுகிறேன் என்று சொன்ன பதிப்பாளரும் அந்தச் சமயத்தில் பின் வாங்கிக்கொண்டார். இருந்தும்நான் புத்தகத்தின் ஒரு காப்பி எடுத்துக்கொண்டு போய் அவரை மீண்டும் சந்தித்தேன். அதற்குமுன் நான் என் மனைவியிடம் சொன்னேன். 'நீ பள்ளிவாசலுக்கு ஏதாவது நேர்த்திக் கடன் செய்' என்று.

ராயல்டி கிடைக்காவிட்டாலும் பரவாயில்லை. அதை மீண்டும் அச்சடித்து வெளியிட்டால் போதும் என்ற மனநிலையில் பதிப்பாளரைப் போய்ச் சந்தித்தேன். மறுப்பு ஏதும் சொல்லாமல் அவர் ஒப்புக்கொண்டார். அதோடு மட்டுமல்லாமல், ராயல்டியாக எனக்கு ஏழாயிரம் ரூபாயும் தந்தார். என் மனைவி பள்ளியில்

நேர்த்திக் கடனாகப் போட்ட ரூபாயின் பலனைக் குறித்துப் பலமுறை நகைச்சுவையாக அதை நினைத்துப் பார்த்திருக்கிறேன்.

இப்போது, சமுதாயத்திற்கும், மதத்திற்கும் பயந்து வாழவேண்டிய ஒரு சூழ்நிலை எழுத்தாளனுக்கு உருவாகியிருக்கிறது. தங்களின் நாவல்கூட சமுதாயத்தில் ஒரு சலசலப்பை ஏற்படுத்தியிருக்கிறது. தமிழ் நாட்டில் பெருமாள் முருகனுக்கு ஏற்பட்ட நிலைமை குறித்து உங்கள் கருத்து என்ன?

தன் மனைவிக்குக் குழந்தை பெற்றுக்கொள்ள முடியவில்லை என்றால் அது கணவனின் இயலாமையாக இருக்கலாம். அப்படியான சூழலில் அவள் வேறு ஒருத்தரைத் தேர்ந்தெடுக்கலாம். அதுவும் கணவனின் சம்மதத்துடன். சிலர் பரம்பரை பரம்பரையாக நம்பிக்கொண்டு இருக்கிற நம்பிக்கை இது. அதில் எந்தளவுக்கு உண்மை இருக்கிறதென்று எனக்குத் தெரியவில்லை. சுசீந்திரத்தில் அப்படி இருந்ததாகக் கேள்விப்பட்டிருக்கிறேன். ஆனால் பெருமாள்முருகன் திருச்செங்கோடு என்ற இடத்தைக் குறிப்பிட்டு எழுதியிருக்கிறார். திருச்செங்கோட்டில் வாழும் பெண்கள் எல்லாருமே அப்படிதான் என்று எழுதியிருக்கிறார். அப்படியான ஒரு வாதம் எழுந்தபோது அதை தைரியமாக எதிர்கொள்ளவோ, அந்த நிலைபாட்டில் உறுதியாக நிற்கவோ அவரால் முடியவில்லை. நான் எழுதியது சரி என்று நெஞ்சை நிமிர்த்திச் சொல்ல வேண்டுமல்லவா.

ஓர் எழுத்தாளன் என்பவன் சமூகத்தின் போராளி, ஒரு புரட்சியாளனும்கூட. எப்போதும் அரசுக்கு எதிராகத்தான் இருப்பான். வாசிப்பது என்பது அவனது உரிமை. பெருமாள்முருகன் பயந்துபோய் நான் இறந்துவிட்டேன் என்றும், இனி அந்தப் புத்தகம் விற்க மாட்டேன் என்றும் தீவைத்து எரித்துவிட்டேன் என்றெல்லாம் சொன்ன ஒரு கோழை. அரசு அவரை அழைத்தபோது அங்குச் சென்று மன்னிப்புக் கடிதம் எழுதிக் கொடுத்துவிட்டு வந்தாரே அவர். எதிர்த்து நின்றிருக்க வேண்டும். என்னை மக்கள் எதிர்த்தபோது எல்லாம் நான் தைரியமாக அதை எதிர்கொண்டேன். பயந்துபோய் எழுத மாட்டேன் என்று சொல்லி மூலையில் உட்காரவில்லையே. சமூகம் என்னை மன்னிக்க வேண்டுமென்று நான் ஒருபோதும் விரும்பியதில்லை. 'தஸ்லீமா நஸ்ரினா' 'லஜ்ஜா' என்ற நூல் தரமான படைப்பல்ல. இருந்தாலும்கூட அவங்க எதிர்த்து நின்னாங்களே. அப்பவும் அவங்க படைப்புகள் விற்பனையாகிறதே. தன் சொந்த தேசத்தை விட்டு வேறொரு இடத்திற்குப்போய் எழுதுவதையே கைவிட்ட பெருமாள்முருகனை நான் ஒரு எழுத்தாளனாக ஏற்றுக்கொள்ள மாட்டேன். பலரோடு நான் இதைப் பற்றிப் பேசியிருக்கிறேன். பேனாவால் எழுதிப் போராட முடியாத

எழுத்தாளனை ஓர் எழுத்தாளனாக என்னால் ஏற்றுக்கொள்ள முடியாது.

முகஹ்மது தர்வீஷ் என்பவர் எந்த நிமிடமும் தன் மரணத்தை எதிர்நோக்கிக் கொண்டு கவிதைகள் எழுதிக் கொண்டிருந்தார். புத்தகம் நல்லதோ கெட்டதோ ஆகட்டும். பெருமாள்முருகனின் புத்தகத்தை நான் விமர்சிக்கவில்லை. அவர் ஒரு போராளியல்ல என்பதுதான் என் ஆதங்கம். எழுத்தாளரின் பாரம்பரியத்தை நிலைநாட்டுவதில் அவர் தோல்வி அடைந்துவிட்டார். றி.கேசவதேவ் 'எதிர்ப்பு' என்ற நூலை எழுதியபோது எவ்வளவு எதிர்ப்புகள் ஏற்பட்டது. ஆனால் கேசவதேவ் ஓடி ஒளியவில்லையே.

வெளிநாட்டு எழுத்தாளர்களுடைய படைப்புகளை வாசிப்பதுண்டா?

இல்லை. எப்போதாவது மொழிபெயர்ப்பு நூல்கள் கிடைத்தால் வாசிப்பேன். ஆனால் அதற்காகப் பெரிய முயற்சி எடுப்பதில்லை.

மொழிபெயர்ப்பு இலக்கியத்திலும் திறமையைக் காட்டிய நீங்கள் மொழிபெயர்ப்புப் படைப்புகள் குறித்து என்ன சொல்ல விரும்புகிறீர்கள். நல்ல மொழிபெயர்ப்புகள் நம் இலக்கியத்தில் உருவாகிறதா?

மொழி பெயர்ப்பாளர்களுக்கு இரண்டு மொழியிலும் நல்ல மொழியாளுமை வேண்டும். மூலமொழியில் ஒரு வார்த்தைக்குப் பல அர்த்தங்கள் இருக்கிறது. அவையெல்லாம் தெரிந்திருக்க வேண்டும். அது மலையாளம் ஆனாலும் சரி, தமிழானாலும் சரி. உதாரணத்திற்கு மரவெள்ளிக் கிழங்குக்கு மலையாளத்தில் பல பெயர்கள் உண்டு. சில இடங்களில் சீனி என்றும், சில இடங்களில் மரச்சீனி என்றும், வேறொரு இடத்தில் கப்பை என்றும், இன்னொரு இடத்தில் பூளக்கிழங்கு என்றும் சொல்லுவார்கள். கல்லும் மக்காய்க்கு கூட சிப்பி, சுப்பி, தோடு, கல்லிக்கா, சுடுக்கா போன்ற பல பெயர்கள் உள்ளன. கடுக்காய் என்பது தமிழ்நாட்டில் ஒரு நாட்டு மருந்தின் பெயராகும். அதனால் மொழிபெயர்ப்பாளருக்கு அந்த மொழியின் மூலத்திலுள்ள வார்த்தைகளின் அர்த்தங்கள் சரியாகப் புரிந்திருக்க வேண்டும். மூலமொழியில் எழுதியிருக்கின்ற எழுத்தாளனுடைய எண்ணங்களையும், மன ஓட்டத்தையும் சரியாகப் புரிந்துகொண்டு அதைச் சிதைக்காமல் வேறொரு மொழிக்குக் கொண்டு போவதுதான் மொழி பெயர்ப்பு. தண்ணீருக்குக் கூட இங்குப் பல அர்த்தங்கள் உள்ளது.

மொழிபெயர்ப்பில் ஓர் எழுத்தாளனுடைய மன ஓட்டத்தையும் எண்ணத்தையும் சிலசமயம் சரியாகப் புரிந்துக் கொள்ள முடியாது.

அரபியில் எவ்வளவு மொழிபெயர்ப்பு உள்ளது? மதரசாவில் ஆசிரியர்கள் நிறைய பேர் இருக்கிறார்கள். ஆனால் அவர்கள் எழுதுவதில்லை. பலரும் அரபியில் இருந்து ஆங்கிலத்திற்கு மொழிபெயர்ப்பு செய்து அதிலிருந்து மலையாளத்திற்கு மொழி பெயர்க்கப்பட்ட பிறகே அரபி இலக்கியத்தை வாசிக்க முடிகிறது.

அரபி மொழியில் உயிர் எழுத்துகள் மொத்தம் பதினைந்து மட்டும்தான். இந்தப் பதினைந்து எழுத்திற்குள்ளாகத்தான் உலகத்தையே அடக்கி வைத்திருக்கிறார்கள். ஒட்டகத்திற்கு மட்டும் அரபியில் பல வார்த்தைகள் இருக்கிறது. தண்ணீர் குடித்துக் கொண்டிருக்கும் ஒட்டகத்துக்கு ஒரு பெயர். தண்ணீர் குடித்து முடித்த ஒட்டகத்திற்கு மற்றொரு பெயர். கால் நொண்டி ஒட்டகம் என்றால் அதற்கொரு பெயர். அரபி தெரிந்த ஒருவர் ஒட்டகத்திற்கு என்னென்ன பெயர்கள் இருக்கிறது என்று தெரிந்திருக்க வேண்டும். ஒட்டகத்துக்கு ஜமால் என்று மொத்தத்தில் ஒரு பெயர் இருந்தாலும் கூட, அதை மட்டும் தெரிந்து கொண்டால் போதாது. மொழிபெயர்ப்பு என்பது கிட்டத்தட்ட என்றுதான் சொல்ல முடியும். முழுமையாக எழுதிட முடியாத என்னுடைய புத்தகம் மலையாளத்தில் வந்திருந்தால் உங்களுக்கு அதை முழுமையாக ரசித்திருக்க முடிந்திருக்காது. அதை என் தமிழில் சொன்னதால் மட்டுமே அதை முழுமையாக உங்களால் புரிந்துகொள்ள முடிந்தது.

மூலமொழியில் இருந்து பிற மொழிகளுக்கு மொழிபெயர்ப்புச் செய்யும்போது அந்த எழுத்தாளனுடைய எண்ணத்தையும் உணர்வையும் சிதைத்து விடுகிறார்கள் என்பது உங்கள் கருத்து இல்லையா?

ஆமாம். எழுத்தாளனுடைய எண்ணத்தை மொழி பெயர்ப்பாளன் சிதைத்துவிட்டான் என்று பல இடங்களில் சொல்லி கி.ராஜநாராயனணின் ஒரு கதை வந்தது. ‘ஷாப்பி செறுமாவில்’ என்ற ஒருத்தர் அதை மலையாளத்தில் மொழி பெயர்த்திருந்தார். குளிருக்குத் தமிழில் வாடை என்ற ஓர் அர்த்தமுள்ளது. மணம் என்றொரு அர்த்தமும் உள்ளது. அந்தக் கதைக்குள் வாடையடித்துக் குழந்தை இறந்து போகின்ற ஓர் இடம் வருகிறது. அங்கு மொழிபெயர்ப்பாளர் வாடைக்குப் பதிலாக மணம் என்ற வார்த்தையை உபயோகப்படுத்தியிருக்கிறார். அப்போ மணம் அடித்துக் குழந்தை இறந்து விட்டதென்று ஆகிறது. கதைப்படி கதவில்லாத வீட்டின் அறைக்குள் காற்றடித்துக் குளிர் தாங்க முடியாமல் நடுங்கிப்போய் குழந்தை இறந்துபோனது. ஆனால் மொழிபெயர்ப்பாளர் அந்த இடத்தில் மணம் என்ற வார்த்தையைப் பயன்படுத்தியதால் கதையின் தன்மையே சிதைந்துவிட்டது.

கதையின் சூழ்நிலைக்கு ஏற்ப எந்த வார்த்தையைப் பயன்படுத்தக் கூடாது என்று ஒரு மொழிபெயர்ப்பாளர் சரியாகத் தெரிந்து வைத்திருக்க வேண்டும். மொழிபெயர்ப்பு என்ற பெயரில் எதையாவது எழுதிவிட்டால் அது மொழிபெயர்ப்பாகாது.

உங்களுக்குத் தெரிந்து மிகவும் சிறப்பான மொழிபெயர்ப்பு இலக்கியம் என்று எதைச் சொல்லுவீர்கள்?

நாலப்பாட்டு நாராயண மேனனின் 'பாவங்கள்' என்ற நூல் மிகச்சிறப்பான மொழிபெயர்ப்பாகும். அவர் அதில் மூழ்கிப்போய் மொழிபெயர்த்திருந்தார் என்றே சொல்லலாம்.

பிரசுரிப்பதற்காகவோ, பணத்திற்காகவோ அதை செய்யவில்லை. இப்போது மொழிபெயர்ப்பு என்பது கூலி வேலை மாதிரி. இப்போது தமிழிலும் மலையாளத்திலும் மொழிபெயர்ப்பு இலக்கியத்திற்கு விருதுகள் இருப்பதால் அதாவது கிடைக்குமே என்று நினைத்து மொழிபெயர்ப்புச் செய்பவர்களும் இருக்கிறார்கள்.

தமிழிலிருந்து மலையாளத்திற்கா? இல்லை மலையாளத்திலிருந்து தமிழிற்கா? அதிகமான மொழிபெயர்ப்பு எம்மொழியிலிருந்து வருகிறது?

மலையாளத்தில் இருந்து தமிழிற்குத் தான் அதிகமாக மொழிபெயர்ப்பு வருகிறது. யூ.ஆர்.அனந்த மூர்த்தியினுடைய மூன்று புத்தகங்கள் என்னிடம் உள்ளது. மூன்றுமே கன்னடத்திலிருந்து தமிழிற்கு மொழிபெயர்க்கப் பட்டவையாகும். அவர் சமூகத்தைக் கண்டு பயப்படாத ஒரு போராளியாக இருந்தவர். மனதில் சொல்லத் தோன்றிய விஷயங்களை வெளிப்படையாக எழுதக்கூடியவர் அவர்.

மலையாள இலக்கியத்திலும் அரசியலிலும் ஏற்படுகின்ற பிரச்சனைகள் தமிழ் நாட்டிலும் இருக்கிறதா?

அந்தளவிற்கு இல்லை. என்றாலும்கூட இருக்கிறது என்றே சொல்லலாம். ஒருத்தருக்கொருத்தர் விரோதமாகத் தான் இருக்கிறார்கள். அரசியலிலும் அப்படித்தான். திராவிட முன்னேற்றத்தைச் சார்ந்து கிட்டத்தட்ட இருபத்திநாலு அமைப்புகள் இருக்கின்றது இங்கே.

மனிதர்களை மதங்கள் பங்குபோட்டுக் கொள்ளும்பொழுது தமிழ் நாட்டில் உள்ள இலக்கியவாதிகள் அவர்களின் கடமையைச் சரியாகச் செய்கிறார்களா?

அவர்கள் எதிலும் தலையிடுவதில்லை. அந்தளவுக்குத் தைரியம்கொண்ட இலக்கியவாதிகள் இங்கில்லை. அதற்கு மத

உணர்வு வேண்டும். எனக்கு மதத்தைப் பற்றித் தெரிந்திருக்க வேண்டுமென்றால் மத உணர்வு இருக்க வேண்டும். அது என்னவென்று முதலில் எனக்குத் தெரிந்திருக்க வேண்டும். ஈ.வெ. ராமசாமி நாயக்கர் என்பவர் மிகவும் ஆளுமையுடையவராக இருந்தார். தமிழ்நாட்டில் பிறந்ததினால் மட்டும்தான் அவர் உலகம் முழுவதும் தெரியாமல் போகக் காரணம். இங்கிலாந்திலோ, அமெரிக்காவிலோ பிறந்திருந்தால் உலகம் முழுவதும் தெரியக் கூடிய ஒரு ஆளுமையாக இருந்திருப்பார். அவர் ஜாதியை எதிர்த்தார். அதுவும் சாதாரணமாக எதிர்க்கவில்லை இராமாயணத்தை எல்லாம் மிக நுணுக்கமாகப் படித்துவிட்டு வந்து எதிர்த்தார். நாம் ஒரு விஷயத்தைப் பற்றித் தெரிந்திருக்கிறோம் என்றால் அதைப் பற்றி நாம் மிக ஆழமாக அறிந்திருக்க வேண்டும்.

தமிழன் ஹிந்தி மொழியை எதிர்க்கிறான். தமிழன் தமிழை முழுமையாக நம்பிக்கொண்டிருக்கிற பொழுது எதற்காக இந்த மொழிப் பாகுபாடு?

தமிழனுக்குச் சொந்தக் காலில் நிற்பதற்கானத் திறமை இருக்கிறது. கம்யூனிஸ்ட்டுகளுடைய வருகைக்குப் பிறகு நிறைய புதிய வார்த்தைகள் புழக்கத்திற்கு வந்தது. ஆனால் அதற்கெல்லாம் சரியான தமிழ் வார்த்தைகள் இருக்கின்றன. Email-லிற்கு மின்னஞ்சல், கம்ப்யூட்டருக்குக் கணினி, மொபைலிற்கு - கைப்பேசி, போனுக்கு - தொலைபேசி போன்ற சொற்கள் எல்லாம் அங்கிருக்கின்ற பத்திரிக்கையில் வந்திருக்கிறது. இதுபோன்ற அர்த்தங்கள் எல்லாம் மக்களுக்கிடையில் ஒருபோதும் மறந்து போவதில்லை. சைக்கிளுக்கு - மிதிவண்டி என்று அழைக்கிறார்கள். நமக்குப் பேருந்து, மினி பஸ்ஸிக்கு - சிற்றுந்து என்று அழைக்கிறார்கள். காலேஜிக்கு - கல்லூரி என்றும் Software-ருக்கு மென்பொருள், Hard ware- வன்பொருள் இவைகள் தமிழில் சாதாரண மக்களுக்குக் கூட தெரியும். சொந்தக் காலில் நிற்க விரும்புகின்ற தமிழனின் திறமைகளுக்கான உதாரணம் இது.

தமிழ் எப்போதும் தமிழனுடைய தன்மானமாக உள்ளதை உணர்கிறீர்களா?

தமிழனுக்கு எப்போதும் நான் ஒரு தமிழன் என்பதில் கொஞ்சம் கர்வமும் பெருமிதமும் இருக்கிறது. பாரம்பர்யமாகக் கிடைத்ததுதான் அது. கிட்டத்தட்ட தமிழ்நாட்டின் ராஜவம்சம் என்பது பாண்டியர்களும் நாயக்கன்மார்களும்தான். அதிலும் பாண்டியர்கள் என்பது தேவர்கள்.

அப்படி நாட்டை ஆண்ட தலைமுறை வழியில் வந்தவர்கள். தாங்கள் நாயக்கர் என்ற அகந்தை அவர்களுக்குண்டு.

தமிழ்நாட்டில் ஜாதி அமைப்புவந்து மிகவும் வலிமையாக இருக்கிறது. ஜாதிக்கு மதில் சுவர்கூட எழுப்பி இருக்கிறார்களே.

திருச்செந்தூருக்குப் போகும் வழியில் கோட்டைப்பிள்ளை மார்கள் என்றவொரு வகுப்பைச் சார்ந்தவர்கள் இருக்கிறார்கள். அங்கு வாழும் பெண்கள் வெளி உலகத்தைப் பார்த்ததே இல்லை. அந்தக் கோட்டைக்கு வெளியே அவர்கள் வந்ததில்லை. பத்து வருடத்திற்கு இந்தப் பக்கம் தான் அந்தக் கோட்டையை இடித்தனர். அதற்குப் பிறகுதான் அவர்கள் வெளி உலகத்தையே பார்த்தார்கள். அது போல் தமிழ்நாட்டில் இன்றும் பல இடங்கள் இருக்கிறது. அதில் சில இடங்களில் தனி குடிசை கட்டி வைத்திருப்பதைப் பார்க்கலாம். அது வயது வந்த பெண்களுக்கான இடம். இந்த வழியே ஒரு ஆண் குழந்தையைக் கூட நடக்க அனுமதிக்கமாட்டார்கள். வயதிற்கு வந்து விட்டால் அந்தக் குடிசையில்தான் வசிக்க வேண்டும். அந்தப் பெண்ணிற்கான உணவினைக்கூட அங்குக் கொண்டுவந்துதான் கொடுப்பார்கள். அந்த நடைமுறைகளில் இப்போதும் பெரிய மாற்றம் ஏற்படவில்லை.

மலையாளிப் பெண்களைவிட தமிழ்ப் பெண்களுக்குத் தைரியமும், கோவமும் அதிகம். கதையில் வரும் கதாபாத்திரங்களும் கூட.

சினிமாவில் பார்ப்பது போலல்ல நடைமுறையில், நாவலிலோ, கதையிலோ பார்ப்பது போலவும் அல்ல பலரும் அதை மிகைப்படுத்தியே சொல்கிறார்கள். பொதுவாத் தமிழ்ப் பெண்கள் மிகவும் சாதுவானவர்கள். தேவர் குலத்தைச் சார்ந்த பெண்கள்தான் அந்த மாதிரியான அதிகாரத்தை வெளிப்படுத்துவார்கள். அவர்கள் தைரியசாலிகள் மட்டுமல்ல; நல்ல வியாபாரிகளும் கூட.

எழுத்தாளர்கள் பொதுவாக வலிமையற்றவர்களா?

அப்படி உள்ளவர்கள் எழுத்தாளர்களாகக் கூடாது.

ஓ.வி.விஜயனை உதாரணமாகச் சொல்லலாம்... அவர் வலிமையற்றவராக இருந்தார் அல்லவா?

சிலர் அப்படியும் இருப்பார்கள். ஓ.வி.விஜயன் மட்டுமல்ல, எழுத்தாளர் எம்.முகுந்தனும் கூட அப்படித்தான் ஓ.வி.விஜயனின் 'கசாக்கிண்டே இதிகாசம்' என்ற நாவல் தமிழில் 'மஞ்சக் குலம் மாலா' என்ற கதையின் தாக்கமே. நான் அந்தப் புத்தகத்தை ஓ.வி.விஜயனின் சகோதரியான ஓ.வி. உஷாவிடம் வாசித்துக் காட்டியபோது அவர்களுக்கு அது பெரிய ஆச்சரியத்தை ஏற்படுத்தியது. அந்தக் கதையில் ஒரு 'ஷேக்' கைப் பற்றிக்

குறிப்பிடுகிறார். அந்த ஷேக்கிற்கு சிதலி மலையில் ஒரு கபர் (சமாதி) இருக்கிறதாம்.

பஷீரைப் போல் தமிழில் எழுத்தாளர்கள் இருக்கிறார்களா?

கச்சிதமாய் மிகத் தனித்தன்மையான மொழி நடையில் எழுதக் கூடிய கி.ராஜநாராயணன் அவர்களைப் பலரோடு ஒப்பிடலாம். கி.ரா. அவர்களின் கதைகள் எல்லாமே கரிசல் கதைகள் தான். திருநெல்வேலியைச் சேர்ந்தவர் அவர். இரண்டாவதோ, மூன்றாவதோதான் படித்திருக்கிறார். அவரது கதைகள் எல்லாமே கிட்டத்தட்ட பஷிரது மொழிநடையைப் போன்றே இருக்கும்.

புதிய தலைமுறைத் தமிழ் எழுத்தாளர்களில் எந்த மாதிரியான மாற்றங்கள் உருவாகியிருக்கிறது?

கேரளாவில் எந்த மாதிரியான மாற்றங்கள் வந்திருக்கிறதோ அதெல்லாம் தமிழ்ப் படைப்புகளிலும் வந்திருக்கிறது. ஆனால் அதெல்லாம் கவனிக்கப்படுவதில்லை என்றுதான் சொல்ல வேண்டும்.

கேரளாவிலுள்ள கிராமங்கள் எல்லாம் இப்போது நகர் மயமாகிவிட்டன. பழைய எழுத்தாளர்களுக்கு அவர்களின் கிராமத்தின் தாக்கம் இருந்தது. இன்றைய எழுத்தாளர்களுக்கு அந்தச் சூழல் சாத்தியமில்லை என்பது ஒரு பிரச்சனைதான். ஆனால் தமிழ்நாட்டின் நிலைமை எப்படி? கிராம வாழ்க்கையின் தனித்தன்மை தமிழ்நாட்டின் அடையாளமாக இருக்கிறதா?

நகரமயமாகிவிட்டது என்று நாம் சொல்கிறோம். ஆனால் இன்றைய ஆரம்பம் என்பது நேற்றிலிருந்து ஆரம்பித்தவை தானே? கடந்த காலத்தைப் பற்றி எதுவும் தெரியாத ஒருவர், இந்தக் காலத்தில் எழுதி என்ன பிரயோஜனம்? கிராமத்து வாழ்க்கை வேண்டாம் என்று ஃபேஷனுக்காகச் சொல்லலாம். கிராம வாழ்க்கைதானே நமக்குள் ஒரு தாக்கத்தை ஏற்படுத்தியது. வெறும் கம்பியூட்டர் மட்டும் போதுமா வாழ்வதற்கு. நாகரீகம் / நவீனமயமாதல் / நகரமயம் என்பது நமக்கு மட்டுமல்ல. உலகம் முழுவதும் இருக்கிறது. கிராமங்கள் முழுக்க நகரமயமாகிக் கொண்டிருக்கிறது. இன்று கிராமப்புறத்தில் கம்ப்யூட்டர், தொலைக்காட்சி, பிரிட்ஜ் இல்லாத வீடுகள் உண்டா?

குமாரனாகன் வைலோப்பிள்ளி, இடசேரி போன்றவர்களுடைய கவிதைகளை வாசிக்கும் மலையாளிக் கிராமத்தைத் தொட்டது மாதிரியான ஒரு உணர்வை ஏற்படுத்தியது. ஆனால் இன்று அந்தச் சூழல் இல்லை. புதிய தலைமுறைக்கு வயல்வெளி என்ற அனுபவம் இல்லை. அது பழைய தலைமுறை சொல்லி

கேட்ட அனுபவம் மட்டுமே நமக்கு உள்ளது. தமிழ்நாட்டுச் சூழல் எப்படி இருக்கிறது?

ஒரு தலைமுறையின் பெரிய இழப்புன்னுதான் அதைச் சொல்லனும். புதிய தலைமுறையில் இருந்து ஒரு வைலோப்புள்ளியோ, இடசேரியோ, யாருமே எதிர்பார்க்க முடியாது. வைலோப்புள்ளியின் கவிதைகள் நான் நிறைய வாசித்திருக்கிறேன். நமக்கு வயல் பார்த்த அனுபவமிருக்கிறது. வயல் காற்றை ரசித்த அனுபவமிருக்கிறது. புதிய தலைமுறையினருக்கு அவை எல்லாம் பார்க்கவோ, அனுபவிக்கவோ முடியாமல் போய்விட்டது. அதை நாம் அவர்களுக்குச் சொல்லிக்கொடுக்க வேண்டும். காலத்தின் மாற்றத்தை யாராலும் தடுக்க முடியாது. ஆனால் மலையாள இலக்கியம் இருக்கும்வரை வைலோப்பிள்ளி வாழ்ந்து கொண்டுதான் இருப்பார். நவீன மாணவர்களாக இருந்தாலும் அதில் நிலையாகப் பிடித்து நிற்க வேண்டுமென்றால் அதற்கு ஆணிவேர் தேவை. அது நம் பாரம்பர்யத்துக்கு மட்டும்தான் உள்ளது.

தமிழ் மொழியின் பாரம்பர்யத்தை மலையாள மொழியோடு ஒப்பிடும்போது மிகவும் வித்தியாசமானதாகவே இருக்கிறது. தேசியத்தைச் சார்ந்த எழுத்திற்கென்றே பெரிய வரவேற்பு உள்ளது. ஆனால் பெரும்பாலானத் தமிழர்கள் வெளிநாடுகளுக்குச் சென்றுவிட்டார்கள். அப்படித் தமிழ நாட்டிலிருந்து இலங்கைக்கும், சிங்கப்பூருக்கும், மலேசியாவிற்கும் போய்விட்டார்கள் தமிழர்கள்.

மலேசியாவில் தமிழ்மொழி இரண்டாவது மொழியாக உள்ளது. தமிழர்கள் வெளிநாடுகளுக்குப் போனதால் தமிழ் மொழிக்கு ஏதாவது சிறப்புகள் ஏற்பட்டிருக்கிறதா?

இலங்கைக்கும், சிங்கப்பூருக்கும், மலேசியாவிற்கும் தமிழர்கள் வேலை தேடிப் போயிருந்தார்கள். காலப்போக்கில் அவர்கள் அந்த நாட்டினுடைய மக்களாகவே மாறிவிட்டார்கள். தலைமுறையாக அவர்கள் அங்குத் தங்கி வருகிறார்கள். இலங்கையில் இருநூறு வருடங்களாக தமிழர்கள் வாழ்ந்துட்டுத்தானே இருக்காங்க. இங்கிருந்து போய் திரும்பி வருகிறவர்கள்தான் பிறவாசிகள்.

சவுதி அரேபியாவையும், துபாயையும் அவர்கள் தாய்நாடாகப் பார்ப்பதில்லை. அதனால்தான் மலையாளி மொழியில் அந்நிய சொற்கள் நுழைந்து வருவதுபோல் தமிழில் வருவதில்லை.

ஜாஃப்னாவில் பல சொற்களுக்கும் மலையாளத்தின் தாக்கம் காணமுடியும். ஜாஃப்னாவும், கேரளாவும் முன்பு ஒன்றாக இணைந்திருந்த நாடுகள்தான். பிற்காலத்தில் கேரள மக்கள் ஜஃப்னாவுக்கோ, ஜாஃப்னா மக்கள் கேரளாவுக்கோ ஊடுருவி இருக்க வேண்டும். அங்கும் இங்கும் பொதுவான பலா, மரவள்ளிக் கிழங்கு போன்றவைகள் இருக்கின்றன. இலங்கையில் மக்கள் பேசக்கூடிய தமிழ்தான் கன்னியாகுமாரி மாவட்டத்தைச் சேர்ந்த தமிழர்களும் பேசுவது. உங்க அம்மா போன்ற சொற்கள் இரண்டு இடங்களிலும் பொதுவாக இருக்கிறது. தமிழிற்கு மிகவும் அதிகமான பங்களிப்பைக் கொடுத்தது ஜஃபனாக்காரர்கள்தான். தமிழின் வளர்ச்சிக்கு ஒரு முக்கிய காரணம் அவர்கள்தான்! ஜாஃப்னாவில் இருந்து வந்த M.M.உவைஸ் என்பவர் காமராஜர் பல்கலைக் கழகத்தின் இஸ்லாம் அரபி மொழியின் துறைத்தலைவராக இருந்தார். தமிழ்நாட்டில் எத்தனையோ பேராசிரியர்கள் இருந்தும்கூட அதற்குத் தகுதியாக அவர் மட்டும்தான் வந்தார். எட்டு வருடமோ பத்து வருடமோ தமிழ்நாட்டில் இருந்தார். அப்போது தமிழ் நாட்டிலுள்ள அனைத்துக் கிராமங்களுக்கும் பயணம் செய்து அதுவரையிலும் ஒரு தமிழ்ப் பேராசிரியருக்குக் கிடைக்காத அரிய நூல்களை எல்லாம் சேகரித்தார். அவர்தான் படபோர் மாலைகள் போன்றவைகளைக் கண்டுபிடித்து வெளியிட்டார். *History of Islamic Tamil Literature* என்ற நூல்களின் நான்கு தொகுதிகள் பேராசிரியர் உவைஸின் உழைப்பால் நமக்குக் கிடைத்தன. எத்தனை எத்தனையோ தமிழ்ப் பேராசிரியர்கள் தமிழ்நாட்டில் இருக்கிறார்கள். இருந்தும் இஸ்லாமியத் தமிழின் சரித்திரத்தை எழுத ஒரு ஜாஃப்னாக்காரர் தேவைப்பட்டது.

கேரள மக்கள் வேலைக்காக மட்டும் வெளிநாட்டைத் தேர்ந்தெடுக்கிறார்கள். தமிழ்நாட்டில் எப்படி? அயல்நாடுகளில் வேலைக்குச் சென்று திரும்பி வந்தவர்களிடமிருந்து ஏதாவது படைப்புகள் வந்திருக்கிறதா?

தமிழில் இதுவரை வெளிநாடுபோய் வந்தவர்களிடமிருந்து எந்த ஓர் இலக்கியமும் உருவாகவில்லை. மலையாளத்தில் வந்திருக்கிறது. தமிழ்மொழி மீது இருக்கும் காதல். காரணம் மற்ற மொழியை ஏற்றுக்கொள்ள விருப்பமில்லை. தமிழர்கள் வெளிநாட்டுக்குப் போனால் அந்த நாட்டு மொழியைப் பேசுவார்களே தவிர திரும்பி ஊருக்கு வந்துவிட்டால் தமிழில்தான் பேசுவார்கள்.

ஊடகங்களின் வருகைக்குப் பிறகு மலையாளியின் வாய்மொழிகள்கூட தொலைந்து போய்விட்டது. ஆனால் ஜாஃனாவில் வசிக்கும் தமிழனும்

திருநெல்வேலியில் வசிக்கும் தமிழனும் பேசுமொழியில் ஏதாவது வித்தியாசம் உள்ளதா?

பெரிய வித்தியாசம் ஒன்றும் இல்லை. ஆனால் இங்குப் பேசுபவர்களுடையத் தமிழைப் போல் சீக்கிரம் புரிந்துகொள்ள முடியாது. உச்சரிப்பில் சில மாற்றங்கள் உண்டு. ஜஃப்னாக்காரர்கள் பாஸ்போட்டுக்கு 'கடவுச் சீட்டு' என்பார்கள். நூறு வருடத்திற்கு முன் வெளிவந்த ஒரு நாவலை நான் வாசித்தபோது அதில் 'கடவுச் சீட்டு' என்ற பெயர் உள்ளது. தமிழ் நாட்டிலிருந்து வெளிவருகின்ற பத்திரிகைகளில் எங்கும் எந்த இடத்திலேயும் ஆங்கில வார்த்தைகளைக் காணமுடியாது.

தமிழ்த் தொலைக்காட்சிகளில் பயன்படுத்துகின்ற மொழியின் முக்கியத்துவம் என்ன? மலையாளத்தில் அனைவருக்கும் புரிந்து கொள்ளக் கூடிய அச்சடி பாஷையை உபயோகிக்கிறார்களா?

தொலைக்காட்சித் தமிழை நம்மால் ஏற்றுகொள்ளவே முடியாது. தமிழை அவர்கள் மிகவும் கொச்சையாகப் பேசுகிறார்கள். தமிழில் செய்தி வாசிப்பவர்களுடையத் தமிழ்கூட சரியான தமிழ் அல்ல. அந்தத் தமிழ் நாளடைவில் பழக்கப்பட்டுப் போனாலும்கூட தமிழர்கள் அதை ஏற்றுக் கொள்ள மாட்டார்கள்.

வட்டார வழக்குத் தமிழ் தற்போது தமிழ்நாட்டில் எப்படி இருக்கிறது?

தமிழ்த் தொலைக்காட்சியில் வரும் சீரியல்களில்கூட வட்டாரத்தைச் சார்ந்த உணர்வுகளைப் பயன்படுத்துகிறார்கள். பத்திரிகைகளும் அப்படிதான். ஆனால் மலையாளத்தின் தனித்தன்மையை நிலைநாட்ட மலையாளப் பத்திரிகைகள் கொஞ்சம்கூட விரும்புவதில்லை. மக்கள் ஏற்றுக்கொள்ளக் கூடிய சொந்தங்களை அப்படியே ஏற்றுக்கொள்ள வேண்டும். அதைத் தமிழன் ஏற்றுக்கொள்கிறான். ஆனால் மலையாளிக்கு அதில் விருப்பமில்லை.

நான் N.P. முகமதுவின் நாவலை வாசித்தபோது பல சொற்களும் எனக்கு அந்நியமாக இருந்தது. அவர் மகன் N.P. ஹபீஸ் முகமதுவிடம் கேட்டபோது அவருக்குமே அந்தச் சொற்கள் அந்நியமாகத்தான் இருந்தது. அவர் மனைவிக்குமே அது தெரியவில்லை. கேரளாவிலுள்ள தரூரங்காடி என்ற ஊரின் வட்டார வழக்குச் சொற்கள்தான் அது. 'கோழிக்கோடு' என்ற ஊரில் பேசுகின்ற மொழிக்கும் திருரங்காடி என்ற ஊரில் பேசுகின்ற

மொழிக்கும், உச்சரிப்புகளுக்கும் நிறைய வித்தியாசங்கள் உள்ளது. M.N. காரச்சேரியை ஒருமுறை சந்தித்துப் பேசும்போது அவருக்கும் N.P. முகமது பயன்படுத்திய சொற்கள் புரியவில்லை என்றார்.

இதழ்: 'சந்திரிகா' (மலையாளம்)
நன்றி: வி.கே.சுரேஸூ
தமிழில்: முனைவர் இர.பிரபா

தோப்பில் முகம்மது மீரானுடன்
முனைவர் இர.பிரபா நேர்காணல்

தேதி: 21.08.2016 (ஞாயிற்றுக்கிழமை)
இடம் : திருநெல்வேலி

உங்களுடைய பிறந்த ஆண்டு தேதி என்ன?

26.09.1944 ஆம் ஆண்டு

தங்களது பிறப்பிடம் எது?

தென்பத்தன் என்ற தேங்காய்ப்பட்டணம் (முஞ்சிறை ஒன்றியம், விளவங்கோடு வட்டம், கன்னியாகுமாரி மாவட்டம், தமிழ்நாடு)

உங்களுடைய தகப்பனார், தாயார் பெயர்களைக் கூறுங்களேன்?

தகப்பனார் பெயர்: குட்டிக்கண்ணு என்ற எம்.ஒ. முஹம்மது அப்துல் காதர்.

தாயார் பெயர்: முஹம்மது ஃபாத்திமா.

உங்களுடைய குடும்ப வாழ்வியலைக் குறித்துச் சற்றுக் கூறுங்களேன்?

எனக்கு 1973ஆம் ஆண்டு திருமணம் ஆனது. என் துணைவியார் பெயர் ஜலிலா. மிகவும் மென்மையான குணாதிசயத்தைக் கொண்டவர். அவரது பொறுமையும், வழிகாட்டுதலும் என் இலக்கியப் பயணத்திற்கு உறுதுணையாக இருந்தது. பத்தாம் வகுப்புவரை படித்தவர். எங்களுக்கு சமீம் அகமது, மிர்ஷாத் அகமது ஆகிய இரண்டு மகன்கள் உள்ளனர். அவர்கள் இருவரும் வெளிநாட்டில் பணிபுரிந்து வருகின்றனர். அபுமுகமது சாருக், சாகினா, ஜலிலா, அப்ரா ஜெலிலா, அஸ்மினா பாத்திமா போன்ற பேரக்குழந்தைகள் உள்ளனர். இவர்களோடு நேரம் செலவிடுவதில் மனமகிழ்ச்சி அடைகின்றேன். எல்லாத் துன்பங்களும் அவர்களுடன் விளையாடுகையில் மறந்து போகின்றன.

எந்த வயதில் எழுத்துலகிற்குள் வந்தீர்கள்?

என்னுடைய சிறிய வயதிலேயே எழுதப் படிக்க ஆர்வம் கொண்டிருந்தேன். என்னுடைய பரம்பரையில் நானும் எனது மூத்த சகோதரருமே படித்தவர்கள். ஆதலால் என் சொந்தச் சமுதாயத்தில் நிகழ்ந்து கொண்டிருந்த கொடூரங்கள் யாவும் என் ஆழ்மனத்தில் பதிந்து போயிருந்தன. அவைகளைச் சமுதாயத்தினரிடம் வெளிக்கொணர ஆசை கொண்டேன். என்னுடைய பன்னிரெண்டாவது வயதில் கதைகள் எழுத ஆரம்பித்தேன். அவை கதைகள் அல்ல. ரிப்போர்ட் என்றுதான் கூறவேண்டும். அன்றிலிருந்து என்னுடைய எழுத்துப்பணி என்னுடன் தொடர்ந்து வந்துகொண்டேதான் இருக்கிறது.

எழுத்துலக ஆசானாக வைக்கம் முகம்மது பஷீரை நீங்கள் குறிப்பிட விரும்புவது ஏன்?

மலையாள இலக்கிய உலகின் தனிப்பெரும் அடையாளம் வைக்கம் முகம்மது பஷீர். அவர் சிறந்த மலையாள இலக்கியப் படைப்பாளுமைகளுள் குறிப்பிடத் தகுந்தவர். தனக்கான ஒரு நடையைக் கையாண்டவர். வளர்ந்த, வளரப் போகும் இளைய தலைமுறையினர் யாராக இருந்தாலும் அவரது படைப்பினைப் படித்தால் சிறந்த இலக்கியப் படைப்புகளை உருவாக்கிட முடியும். அப்படிப்பட்ட எழுத்தாளுமையை உடையவர். அவர் பெரிய மேதை. சுருங்கச் சொல்லி விளங்க வைப்பது அவரது கைதேர்ந்த உத்தி முறையாகும். அவரது படைப்புகளை முழுவதுமாகப் படித்திருக்கிறேன். அதன்மேல் ஈடுபாடு கொண்டு அவரது வாழ்க்கைக் குறிப்பை, மொழி பெயர்த்து இருக்கின்றேன். அதனால் அவரைப் பற்றிய முழு புரிதலும் எனக்குக் கிடைத்தது. அவரைப் போலவே நானும் என் சொந்தச் சமுதாயத்தைப் பற்றி எழுதினால் என்ன? என்ற ஆசையைக் கொண்டே எழுதத் துவங்கினேன்.

வைக்கம் முகம்மது பஷீரின் தாக்கங்கள் உங்களிடம் வெளிப்படையாகத் தெரிகிறதே அதற்கான காரணம் ஏதேனும் உண்டா?

ஆமாம். மலையாள இலக்கியப் படைப்பாளுமைகள் ஒவ்வொருவருக்கும் முன்னோடியாகத் திகழ்பவர் பஷீர்தான். அவரைப் படித்தறியாது யாரும் இலக்கியவாதியாக ஆவதில்லை. அப்படிப்பட்ட ஆளுமை அவர். அவரையே நான் முன்மாதிரியாகக் கொண்டுள்ளதால் என்னுடைய படைப்புகளில் அவரது தாக்கம் வெளிப்படவே செய்கின்றன.

நாவல்கள் எழுத தோன்றியதற்கான காரணம் உண்டா?

ஆரம்ப காலக்கட்டத்தில் நான் முதலில் பாடல்களையும், நாடகத்தையும், சிறுகதைகளையுமே எழுதினேன். அவை என் மனதிற்கு நிறைவளிக்கவில்லை. பின்பு நாவல் எழுதத் தீர்மானித்தேன். எழுதினேன். நாவல்களுக்கு நல்ல வரவேற்புக் கிடைத்தது. ஆதலால் படைப்புகளில் நாவல்களுக்குத் தனி இடம் கொடுக்கப்படுகின்றது.

கதாபாத்திரங்களுக்குப் பெயர் சூட்டும்போது என்ன முறையைக் கடைப்பிடிக்கிறீர்கள்? அவர்கள் உங்கள் சொந்த வாழ்க்கையில் பாதித்தவர்களா?

கதைக் கருவிற்கு ஏற்றாற் போலவே பாத்திரப் படைப்புகளின் பெயர்களை வைக்கின்றேன். சில வேளைகளில் என்னைப் பாதித்த என் ஊரிலுள்ள மனிதர்களின் தன்மைகளையும், குணாதிசயத்தையும் அப்படியே வெளிக் காண்பிக்கவும் செய்கின்றன. சான்றாகத் 'துறைமுகம்' எனும் நாவலில் வரும் 'காசீம்' கதாபாத்திரம் நான்தான்.

நீங்கள் நேரில் சந்திப்பவர்களை எந்த அளவிற்கு உங்கள் கதைகளில் பாத்திரங்களாக உபயோகித்துக் கொள்கிறீர்கள்?

ஒரு கடலோர கிராமத்தின் கதை முழுவதும் என் மூதாதையர் வாழ்வியல் சார் உண்மைகளாகும். அந்தக் கதைகள் முழுவதையும் நான் கேட்டறிந்தேன். அவைகளுக்குத் தகுந்தாற்போல பெயர் சூட்டியுள்ளேன்.

உங்களையே பிரதிபலிப்பது போன்ற கதாபாத்திரங்களை நீங்கள் படைத்தற்கான காரணம் என்ன?

நாவல்களில் பல இடங்களில் நான் வலம் வருகின்றேன். காசீம், மஹ்முது, மெஹபூக்கான் போன்ற கதாபாத்திரங்களின் வழியே சமுதாயத்தைச் சீர்படுத்த நினைத்தேன். எனது எண்ணத்தினை நேரிடையாக வெளிப்படுத்தினால் யார்தான் கேட்க முன்வருவர். ஆதலால் நாவலைப் படைத்து அதிலுள்ள கதாபாத்திரங்களின் வழியே பிரதிபலிக்க ஆரம்பித்தேன்.

சிறுகதை எழுதுவது கடினமா? நாவல் எழுதுவது கடினமா? இவற்றில் உங்களுக்குப் பிடித்த முறை எது?

சிறுகதை, நாவல் எதுவாக இருந்தாலும் அவற்றில் கூறப்போகின்ற கருத்தைத் தீர்மானிப்பதில் சிரமம் இருக்கத்தான் செய்கின்றன. இரண்டிற்கும் காலத்தின் தேவை

வித்தியாசப்படுகிறதே ஒழிய, இரண்டிற்கும் ஆழமாக சிந்தனை செய்துதான் எழுத வேண்டியிருக்கிறது. நாவலுக்கு நீண்ட கால இடைவெளி தேவைப்படுகிறது.

உங்களுடைய படைப்புகளை, நாவல்களோ, சிறுகதைகளோ, நீங்கள் எடை போட்டதுண்டா? அப்படி எடை போட்டதில் முடிவுகள் ஏதாவது கண்டதுண்டா?

நான் ஒரு படைப்பினை உருவாக்குவதற்குமுன் பலமுறை சிந்திப்பேன். அவை சமுதாயத்தில் எம்மாதிரியான மாற்றத்தை உருவாக்க வேண்டுமெனத் தீர்மானித்துக் கொள்வேன். பின் எழுத்தில் கவனம் கொண்டு எழுதுவேன். எழுதியதை மீண்டும், மீண்டும் வாசித்தறிவேன். ஒன்றல்ல, இரண்டல்ல என் மனதிற்குச் சரியெனத் தோன்றும் வரை படித்துக்கொண்டே இருப்பேன். நூல் வெளியான பிறகு அதனை ஒரு முறைகூட படித்துப் பார்த்திட நினைப்பதில்லை. விரும்பவுமில்லை. அது என்னுடைய வேலையுமில்லை. ஒரு படைப்பாளுமையின் திறமைகளை வாசகர்களே தீர்மானிக்க வேண்டுமே தவிர, படைப்பாளிகளே எடை போடுதல் தவறான மனநிலை.

நீங்கள் தினந்தோறும் எழுதுகிறீர்களா? எழுதுவதற்குக் குறிப்பிட்ட நேரம், குறிப்பிட்ட நியதி ஏதாவது வைத்துக் கொண்டிருக்கிறீர்களா?

இல்லவே இல்லை. எந்தக் கட்டுப்பாடும் நான் வைத்துக் கொள்வதில்லை. ஏதாவது வேலை செய்துகொண்டே இருப்பேன். திடீரென்று ஒரு கருத்து மனதிற்குள் தோன்றும். செய்துகொண்டிருக்கும் வேலையை விடுத்து, உடனே அதனைப் பதிவு செய்துவிடுவேன். நேரம், காலம் எதுவும் வரையறை எனக்குள் இருப்பது கிடையாது. எழுதத் தோன்றும் பொழுது எழுதுவேன். பெரும்பான்மையாக இரவு நேரங்களில் தனிமையில் எழுதுவது விருப்பமான நேரமாகும்.

எழுத்தின் மூலம் சமூகத்தைச் சீர்திருத்த நினைக்கிறீர்களா?

கண்டிப்பாகச் சமுதாயத்தின்மீது அக்கறையுள்ள ஒவ்வொரு படைப்பாளுமையும் சமுதாயச் சீர்திருத்தக் கருத்துகளை முன்னிறுத்தியே எழுத நினைத்திட வேண்டும். அப்படிப்பட்ட குணாதிசயம் கொண்டவர்களே சிறந்த படைப்பாளுமைகளாக அங்கீகரிக்கப்படுவர்.

காலத்துக்கேற்றவாறு உடை, சிகை ஆகியவற்றில் மாறுதல்கள் செய்ய வேண்டுமென்று தங்களது படைப்புகளில் பல இடங்களில் பதிவாகியுள்ளதே. அதைப் பற்றி நீங்கள் கூற விரும்புவது?

கால மாற்றத்தை உணர்ந்த மனிதர்கள் தாங்களாகவே மாற்றத்திற்கான வாழ்வியலுக்கு மாறிச் செல்கின்றனர். கல்வியறிவின்மையால் மூட நம்பிக்கைகளிலும், மரபான பழக்க வழக்கங்களிலும் வாழ்ந்து வருகின்ற மக்களிடத்தே அம்மனநிலை தோன்ற வாய்ப்பு இல்லாமல் போகின்றது. அதனால்தான் படைப்புகளின் வழியே இம்மாதிரியான செய்திகளை நான் சுட்டிக் காண்பிக்க விரும்புகின்றேன். படிப்பறிவில்லாத மக்களுக்குப் படித்த யாராவது இது தவறானது என்று சுட்டிக் காண்பிக்கும் பொழுது அவர்கள் சிந்திக்க ஒரு வாய்ப்பாக அமையும். எனவே படைப்புகளின் வழியே மீண்டும் மீண்டும் நான் பதிவு செய்வதற்கான காரணம் இதுதான்.

வைக்கம் முகம்மது பஷீர் எழுதியதைத் திரும்பத் திரும்ப எழுதுவதும், சரிபார்ப்பதும் அதை மீண்டும் திருத்தி எழுதுவதும் அவரின் எழுத்து முறையாக உள்ளதே. அதைப் பற்றித் தங்களது கருத்து என்ன?

மலையாள இலக்கிய உலகில் நிலைத்ததான இடத்தினை அந்த மாபெரும் படைப்பாளிக்கு இடம் கிடைத்தது மிகவும் அரிதான காரியமொன்றும் அல்ல. அந்த மனிதரின் ஓயாத உழைப்பு. தனக்கென ஒரு எழுத்துப் பாணியை உருவாக்க வேண்டுமென்ற தவிப்பு. ஏழை எளிய மக்கள் படித்தறிய வேண்டுமென்ற தவிப்பு. ஏழை எளிய மக்கள் படித்தறிய வேண்டுமென்ற தாகம். இவைகளுக்காக அவர் படைப்புகளைப் பலமுறை எழுதுவதும், திருத்துவதுமாகப் பணிகளைச் செய்துகொண்டே இருந்தார். அவருடைய ஐம்பதாண்டு படைப்பு வாழ்க்கையில் அவர் மொத்தம் முப்பது புத்தகங்களே எழுதி வெளியிட்டுள்ளார். அவை மொத்தம் 2800 பக்க அளவே உடையன. ஆனால் உலகத் தரம் வாய்ந்த படைப்பாக மக்களால் இன்றளவும் கொண்டாடப்படுகிறதென்றால் எழுத்தில் அந்த மேதை கவனம் கொண்டிருந்ததே காரணமாகும்.

உங்களுடைய குழந்தைப் பருவ, இளம் பருவ வாழ்க்கை உங்கள் படைப்புகளில் பிரதிபலித்திருக்கிறதா?

ஆம். துறைமுகம் எனும் நாவலில் 'காசீம்' கதாபாத்திரம் நான்தான். இளவயதில் நான் பெற்றோர் உதவி இன்றிக் கல்வி கற்கப் போனது; படித்தது எல்லாமே இந்தக் கதாபாத்திரத்தின் வழியே சித்திரித்துள்ளேன்.

எழுத்தாளனாக நீங்கள் உருவானபொழுது சமுதாயத்தில் உங்களுக்கான அடையாளம் கிடைத்துள்ளதா?

நான் எழுதத் துவங்கிய காலகட்டத்தில் என் சொந்தச் சமுதாய மக்களால் பலவிதமான சிக்கல்களுக்கு உள்ளாக்கப்பட்டேன். ஒரு இஸ்லாமியன் பேசக் கூடாதவைகளை நான் பேசியதாக அவர்கள் கருதினர். என்னையும் எனது படைப்புகளைக் குறித்தும் அவதூறாகப் பேசினர். இதுதான் எனக்குக் கிடைத்த அங்கீகாரம்.

உங்களுடைய நாவல்களை வட்டார நாவல் என்ற வகைப்பாட்டிற்குள் வைத்துள்ளார்களே. அதைப் பற்றி உங்களுடைய கருத்தென்ன?

நான் எனக்குத் தெரிந்த என் சொந்தச் சமுதாயத்தையும் பின்னணியாக வைத்துக் கதை படைக்கின்றேன். இதில் உள்ள கருத்துகள் எல்லாம் ஒட்டு மொத்த மனித சமுதாயத்திற்காகவும் தானே ஒழிய தென்பத்தன் கிராம மக்களுக்கானவை மட்டுமல்ல. நான் 'ஒரு கடலோர கிராமத்தின் கதை' எனும் நாவலை எழுதத் துவங்கிய காலகட்டத்தில் இது போன்ற வகைப்பாடுகள் இருந்துள்ளதா? என்பது எனக்குத் தெரியாது. அப்படியே இருந்தாலும் அதிலொன்றும் எனக்கு மதிப்பொன்றும் கிடையாது. காரணம், ஒரு படைப்பாளன் ஒட்டுமொத்த சமுதாயத் திற்காகவுமே படைப்புகளைப் படைத்தளிக்கின்றான். சில மனிதர்கள் அதனை ஏதோ சில புரிதல்களால் ஒருவகையான வகைப்பாட்டிற்குள் கொண்டு வருவது தவறானது. மொழியை அடிப்படையாக வைத்து வட்டாரத் தன்மையுடைய நாவல் என்ற வகைப்பாட்டை எப்படித் தீர்மானிக்கலாம். நான் எழுதியவைகளில் உலகளாவிய தன்மைதான் மேலோங்கி இருக்குமே ஒழிய ஒரு குறிப்பிட்ட நாட்டு மக்களுக்காய் எழுதப்படவில்லை. மேலும் நான் வட்டார நாவல் என்ற வகைப்பாட்டிற்கெல்லாம் எழுதிடவே இல்லை.

தங்களது அனைத்து நாவல்களிலும் ஆண் கதாபாத்திரங்களுக்கு முக்கியத்துவம் அளிக்கப்பட்டும், பெண்பாத்திரங்கள் ஒடுக்கப்பட்டும் படைக்கப்பட்டதற்கான காரணம் ஏதேனும் உண்டா?

ஆம். நான் எழுதிய காலகட்டத்திற்கு ஏற்றாற் போலவே கதாபாத்திரங்களைப் படைத்திருக்கின்றேன். பெண்கள் இந்தக் காலகட்டத்தில்தான் அபரிமிதமான வளர்ச்சி நிலைப்பாட்டில் மேலோங்கி வந்து கொண்டிருக்கின்றனர். எனக்கு ஐம்பது வயதான காலகட்டம் வரை பெண்கள் கல்வியறிவின்றி வீட்டிற்குள்ளேயே முடங்கிக் கிடந்தனர். இச்சூழ்நிலையை வெளிக்காட்டி அவர்களது நிலையில் முன்னேற்றம் கொண்டுவர விழைந்தேன். ஆதலால்

பெரும்பான்மையான பெண் கதாபாத்திரங்கள் அடிமைப் பாத்திரங்களாகவே சுட்ட வேண்டிய சூழல் ஏற்பட்டுவிட்டதே தவிர, பெண்களை அடிமைப்படுத்திப் பார்ப்பது என் எண்ணமல்ல.

பெண்களுக்குத் தேவையான கல்வியறிவு குறித்து நீங்கள் என்ன கருதுகின்றீர்கள்?

கண்டிப்பாகப் பெண்களுக்குக் கல்வியறிவு வழங்கப்படல் வேண்டும். சமுதாயத்தில் பெண்களுக்கு பல்வேறு விதமான பிரச்சனைகள் உருவாகிக் கொண்டேதான் இருக்கின்றது. அச்சூழ்நிலையில் பெண்கள் தைரியமானவர்களாகவும், துணிச்சலாகவும் செயல்பட கல்வியறிவின் தேவை இன்றியமையாததாகும். என்னுடைய உடன் பிறப்புகளில் சகோதரி ஒருத்தி நல்ல திறமைசாலி. அவள் படித்திருந்தால் இந்திராகாந்தியைவிட உயர்ந்த பதவி வகித்திருக்கக்கூடும். ஆனால் இஸ்லாமிய சமூகத்தால் அக்காலச் சூழ்நிலையில் பெண்களுக்குக் கல்வியறிவு வழங்கப்படவில்லை. என் சகோதரிக்கு நேர்ந்த கொடுமை இனி வரும் தலைமுறைகளில் யாருக்கும் நடக்கக்கூடாது என்பதே எனது கருத்து.

நாவல்களால் ஏற்பட்ட அளவிற்கு உங்களுக்குப் பெயர் சிறுகதைகளில் கிடைத்திருக்கிறதா? இந்த இரண்டில் எவற்றால் உங்களுக்கு அதிகப் பெயரும் புகழும் வந்திருக்கின்றன?

நான் எனது படைப்புகளை ஒரே மாதிரியான கண்ணோட்டத்துடன் கதைகளைப் படைத்தளிக்கின்றேன். ஆனால் சிறுகதைகளைவிட நாவல்களுக்கே அங்கீகாரம் பெருமளவு கிடைக்கப்படுகின்றது.

எழுத்தாளர்களுக்குப் புனைபெயர் தேவையா? நீங்கள் புனைபெயர் வைத்துக் கொண்டதற்கான காரணம் என்ன?

அது அவரவர் விருப்பத்திற்கு ஏற்றாற்போல அமையும். எனக்குப் புனைபெயர் வைத்துக்கொள்ள ஒரு காரணம் இருந்தது. அதனால் வைத்துக் கொண்டேன். நாங்கள் வாழ்ந்து வந்தப் பகுதியில் ஒரு சுடுகாடு இருந்தது. எங்கள் வீட்டின் பின்பக்கமே அவ்விடம் அமைந்திருந்தது. தோப்பு என்கிற அவ்விடம் ஊரிலேயே பிற்படுத்தப்பட்ட ரொம்ப மோசமான இடமாக இருந்த காரணத்தினால் நான் முதலில் ‘புரட்சியா தோப்பில்’ என ஆரம்ப காலகட்டத்தில் வைத்திருந்தேன். பின்பு தோப்பில் என மாற்றிக் கொண்டேன்.

உங்களது படைப்புகள் எல்லாம், உங்களது சொந்த அனுபவங்களின் வெளிப்பாடுகள்தானா? இல்லையா?

எல்லா நாவல்களிலும் சொந்த அனுபவங்கள் முழுமையாக வெளிப்படவில்லை. 'ஒரு கடலோர கிராமத்தின் கதை' எனும் நாவலில் மட்டும் அதிகளவில் பதிவாகியுள்ளது. மற்ற படைப்புகளில் சில கதாபாத்திரங்களின் வழியே என் வாழ்வில் நடந்த, கண்ட உண்மைகளைப் பதிவு செய்திருக்கின்றேன்.

ஒவ்வொரு மனிதனின் இளமைக் காலமும் உன்னதமானது. மறக்க முடியாதது. உங்களுடைய இளமைக் காலம் எப்படி இருந்தது?

என்னுடைய இளமைக் காலம் முழுவதும் நான் ஒரு படைப்பாளியாக உருவாக வேண்டுமென்ற ஆசை கொண்டிருந்தேன். ஆனால் சமுதாயத்தில் அதற்கான அங்கீகாரம் கிடைக்கப்படவில்லை. குடும்பப் பொறுப்பையும் பார்த்தாக வேண்டும். அந்நிலையில் நான் பட்ட வருத்தத்திற்கு அளவே கிடையாது. 'ஒரு கடலோர கிராமத்தின்கதை' எனும் நாவலை உருவாக்கினேன். அதற்குப் போதுமான வரவேற்பு கிடைக்கப்படாததால் மனமுடைந்து போனேன். இளமைக் காலம் முழுவதும் ஏக்கமும் போராட்டமுமான வாழ்க்கையாகவே என் இளமைக் காலம் அமைந்திருந்தது.

எண்ணங்களை எழுத்துக்களாக்க வேண்டுமென்று உங்களுக்குள் எப்படி, எப்போது உணர்வு தட்டியது?

வைக்கம் முகம்மது பஷீர், தகழி சிவசங்கரம்பிள்ளை போன்ற மலையாள எழுத்தாளுமைகளைப் படித்தறிந்ததினால். அவர்களைப் போல நாமும் எழுதினால் என்ன? என்ற எண்ணம் பத்தாம் வகுப்புப் படிக்கும் பொழுதே உருவானது. அதில் 'வைக்கம் முகம்மது பஷீரின்' எழுத்தாளுமையைப் படித்து இன்புற்றேன். இதுபோல நாமும் நமது சொந்தச் சமுதாயத்தைப் பற்றி எழுத வேண்டுமென்ற ஆசை பஷீரிடமிருந்தே எனக்கு உருவானது.

உங்களுடைய முதல் கதை எப்போது எந்தப் பத்திரிகையில் வெளிவந்தது?

1968-ஆம் ஆண்டு எனது முதல் சிறுகதை 'நரகபூமி' எனும் பத்திரிக்கையில் வெளியானது. இந்தக் கதையை நான் மலையாளத்தில்தான் எழுதி வைத்திருந்தேன். எனது நண்பர் நிஜாமுதீன் என்பவர்தான் மொழி பெயர்த்தார். சில காலம் நான் சென்னையில் வியாபாரம் செய்து வந்த காரணத்தினால் 'நரக பூமி' இதழில் எழுத வாய்ப்புக் கிடைத்தது.

உங்களுடைய படைப்புளிலேயே சிறந்த படைப்பென்று நீங்கள் எதைக் கருதுகிறீர்கள்?

நான் ஒவ்வொரு படைப்பையும் ஒவ்வொரு கண்ணோட்டத்தோடு எழுதி இருக்கின்றேன். ஒவ்வொரு படைப்புமே எனக்கு மிக முக்கியமானவை தான்.

படைப்பாளியின் தனிப்பட்ட படைப்புச் சுதந்திரத்தைப் பற்றி உங்களுடைய கருத்துகள் என்ன?

ஒவ்வொரு படைப்பாளரும் மன தைரியம் கொண்டிருத்தல் வேண்டும். தாங்கள் கூறவரும் கருத்தில் நிலையாக நிற்கின்ற மனப்பக்குவமும் பெற்றிருத்தல் முக்கியமானது. சமுதாயத்திடம் ஒரு கருத்தினைக் கூறுவதற்கான துணிச்சலும் மன தைரியமும் பெற்றிருந்தால் மட்டுமே படைப்புகளின் வழியே வெற்றி காண இயலும்.

நல்ல எழுத்தாளனுக்கு எது நோக்கமாக இருக்க வேண்டும் என்று நினைக்கிறீர்கள்?

சொந்த நாட்டையும், நாட்டு மக்களின் நலனிலும் அக்கறைக் கொண்டிருக்க வேண்டும்.

மலையாள மொழியைப் பற்றியும் மலையாளிகள் பற்றியும் உங்களுக்குத் தோன்றும் கருத்து?

நான் படித்து முடித்தது எல்லாமே மலையாள மொழியில்தான். மலையாள மொழியில் எழுதுவதே எனக்கு இயல்பானதாக இருக்கின்றது. நான் எனது இருபத்தி ஒன்றாவது வயதில்தான் தமிழ் மொழியைக் கற்றுக்கொள்ள ஆர்வம் கொண்டேன். ஆரம்பகாலத்தில் என் படைப்புகளை எல்லாம் எனது நண்பரின் உதவியால் மொழி பெயர்ப்புச் செய்வேன். பின்னாட்களில் தமிழ் மொழியில் எழுதவும் வாசிக்கவும் மேம்பட்டுவிட்டேன். மலையாள மக்கள் அன்பு நிறைந்தவர்கள். எதிரியாக இருந்தாலும் அவர்களும் முன்னேற வேண்டுமென்ற எண்ணம் கொண்டவர்கள். இலக்கியத்தையும் தரமான இலக்கியப் படைப்பாளுமைகளையும் அங்கீகரித்துப் போற்றிப் புகழ்வது அவர்களது உயரிய குணாதிசயங்களாகும்.

உலகத் தலைவர்களில் உங்களைக் கவர்ந்தவர் யார்?

யாசர் அராபெத்தும், சேகுவாராவும் எனக்குப் பிடித்தமான தலைவர்கள் ஆவர்.

நீங்கள் எழுதத் தொடங்கிய காலத்தில் இருந்த அரசியல் சூழ்நிலைக்கும் இன்றுள்ள அரசியல் சூழ்நிலைக்கும் உள்ள வேறுபாடு குறித்த உங்கள் கருத்துகள் என்ன?

பெரும்பாலும் எனக்கு அரசியல் மீதோ, அரசியல் கட்சிகள் மீதோ ஆர்வம் எதுவும் கிடையாது. எனது வாழ்க்கையில் அவர்களுக்கான நேரம் செலவழிப்பதற்குக்கூட என்னிடம் நேரம் கிடையாது.

மூடநம்பிக்கை, தனிமனித வழிபாடுகள் அதிகமாகிக் கொண்டே வருகிறதே? அதைப் பற்றி உங்களது கருத்து என்ன?

அறியாமையும், கல்வியறிவின்மையும் உடைய மக்களால் உண்டாக்கப்படும் பாதிப்புகள் இவைகள். முழுமையான கல்வியறிவினை மக்கள் பெற்றுவிட்டால் இம்முறைமைகள் தானாகவே அழிந்து போகும்.

எழுதுவதென்பது உங்களுக்கு எவ்விதமான மனநிலையைத் தருகின்றது?

பரிபூர்ணமான சந்தோஷம் கிடைக்கின்றது. என் துன்பங்களை மறக்கச் சிறந்த மருந்தாக உள்ளது. வாழ்க்கையை அர்த்தமுடையதாக மாற்றிக்கொள்வதற்கும், நான் நானாகவே வாழ்வதற்கும் எழுத்து உதவி புரிகின்றது.

வைக்கம் முகம்மது பஷீர் ஒரு ரியலிச நாவலிஸ்ட். அதைப் பற்றி உங்களுடைய கருத்தென்ன?

உன்னதமான மனிதர். தன்னை முழுவதுமாக நாட்டிற்காகவும், நாட்டு மக்களுக்காகவுமே அர்ப்பணித்துக் கொண்டவர். ஒரு மனிதராக மட்டுமிராமல், சிறந்த படைப்பாளிகளாக உருவாக நினைப்பவர்களுக்கு முன் உதாரணமாக விளங்கக் கூடியவர். அவருக்கு நிகர் அவரே என்றுதான் கூற வேண்டும். தன் வாழ்க்கையின் ஒவ்வொரு நிகழ்வையும் அப்பட்டமாக ஒளிவு மறைவின்றி அவரைத் தவிர வேறு யாராலும் வெளிக் காண்பித்திட இயலாது. வாழ்க்கையின் சாராம்சத்தை உணர்ந்து அதன் எதார்த்தத் தொனியில் விருந்தளிப்பது அவரின் அசாத்தியமான தனித் திறமையாகும்.

மதத்தின் மீது நம்பிக்கை உடையவரா நீங்கள்?

ஆம். மதத்தின் மீது நம்பிக்கை இருக்கின்றது. ஆனால் தவறான மத பண்டிதர்களின் சடங்காச்சாரங்களை ஒரு போதும் நான் விரும்பியது கிடையாது.

உங்களுடைய மொழிபெயர்ப்பு அனுபவம் பற்றிக் கூறுங்களேன்?

நான் 'வைக்கம் முகம்மது பஷீரின்' வரலாற்றை மொழி பெயர்த்திருக்கின்றேன். என்.பி.முகமது எழுதிய 'தெய்வத்தின் கண்' எனும் நாவலையும் மலையாளத்திலிருந்து தமிழில் மொழி பெயர்த்திருக்கின்றேன். மோயின் குட்டி வைத்தியரின் நூலைத் தமிழில் மொழிபெயர்த்து உள்ளேன். தீரக்கோட்டூர் யூ.ஏ.காதர் அவர்களின் நூலைத் தமிழில் மொழிபெயர்த்து உள்ளேன். "மீசான் கற்களின் காவல்' என்ற நூலையும் மொழிபெயர்த்துள்ளேன். மொழிபெயர்ப்பு அனுபவம் புதுமையான உலகிற்குள் என்னைக் கொண்டு செல்கின்றது.

இன்றைய இஸ்லாமியச் சமுதாயத்திற்கும் உங்களது காலத்திய சமுதாயத்திற்கும் ஒற்றுமைகள், மாற்றங்களாக நீங்கள் கருதுவது?

அறிவியல் பரிணாம வளர்ச்சி நிலையும், கல்வியறிவின் வளர்ச்சியுமே குறிப்பிட்ட மாறுதல்களாகும். இவற்றால் ஒட்டு மொத்தச் சமுதாயத்தையும் மாற்றியமைக்க முடியும். எங்களது காலத்தில் இவ்விரண்டு வளர்ச்சி நிலையிலும் இஸ்லாமியர்கள் பின்தங்கியே இருந்துள்ளனர். இன்றைய காலகட்டத்தில் இந்நிலையில் அபரிதமான வளர்ச்சியே உருவாகியுள்ளது.

இன்றைய இளைய சமுதாயத்தினரிடம் நீங்கள் கூற விரும்புவது?

கல்வியறிவின் தேவையை உணர்ந்தவர்கள் அவர்கள். வெறும் ஏட்டுக் கல்விக்காக மட்டுமே பயிலாமல் வாழ்வியல்சார் அனுபவங்களைக் கற்றறிந்திட வேண்டும். தரமான நூல்களை வாசித்து அறிந்திட வேண்டும் இனி வரும் சமுதாயத்தைப் பாதுகாக்க ஆர்வம்கொள்ள வேண்டும்.

உங்களுக்கென்று ஒரு மொழிநடை உருவாக்கிக் கொண்டீர்களே, அது இயல்பானதா இல்லை தற்செயலாக நிகழ்ந்ததா?

நான் எனக்கான இடம் எதையும் தேடிக் கொள்ளவில்லை. அதிலொன்றும் எனக்கு ஆசையும் இல்லை. எனக்குத் தெரிந்த மொழியின் உதவியால் என் படைப்புகளை வைத்து இயல்பாக எழுதி வருகின்றேன். அதுவே எனக்கு எளிமையாக இருப்பது போலத் தோன்றுகின்றது.

உங்களுடைய படைப்புகளில் வர்ணனைகளுக்கு முக்கியத்துவம் கொடுக்கப்பட்டுள்ளதற்கான காரணம் ஏதேனும் உண்டா?

ஆம். இயல்பாக நான் இயற்கையை நேசிப்பதிலும், அவற்றை இரசிப்பதிலும் ஆர்முடையவன். நான் பிறந்து வளர்ந்த சூழ்நிலைகளெல்லாம் பசுமையான சூழ்நிலையிலேதான். அதனால் என்னுடைய படைப்புகளில் வர்ணனைகளுக்கு மிகுந்த இடம் கொடுக்கப்படுகின்றது.

தற்பொழுது ஏதாவது எழுதிக் கொண்டிருக்கிறீர்களா?

ஆம். நாவலொன்று எழுதிக் கொண்டிருக்கிறேன். முடியும் தருவாயில் உள்ளது.

உங்கள் படைப்புகள் மொழி மாற்றம் செய்யப்பட்டுள்ளதா?

ஆமாம். எனது 'ஒரு கடலோர கிராமத்தின் கதை' ஜெர்மன் மற்றும் ஆங்கிலத்தில் மொழிபெயர்க்கப்பட்டுள்ளது. 'கூனன் தோப்பு' மலையாளத்தில் மொழி பெயர்க்கப்பட்டுள்ளது. கன்னடம், உருது போன்ற மொழிகளிலும் என்னுடைய நூல்கள் மொழிபெயர்க்கப் பட்டுள்ளன.

உங்களைப் பாதித்த, எழுதத் தூண்டிய எழுத்துகள் என்றால் யாரைப் பற்றிக் குறிப்பிட விரும்புவீர்கள்?

பஷீர்தான் என்னை எழுதத் தூண்டினார். அவரது படைப்புகள் முழுவதையும் படித்தறிந்தவன் நான். அவரைப் போன்றே எழுத வேண்டுமென்ற ஆசை உருவானது. அவருடைய மொழி என்னை ஊக்கப்படுத்தியது. தற்பொழுதுள்ள மலையாள இலக்கியச் சூழலைப் பார்க்கும்பொழுது சற்று பின்நோக்கம் அடைந்து விட்டதாகவே தோன்றுகின்றது. ஜெயமோகன் சிறந்த படைப்பாளுமை. அவரைத் தென் இந்தியாவிலேயே சிறந்த படைப்பாளுமை என்றே கூறுவேன். வண்ணதாசனின் படைப்புகள் மிக நன்றாக உள்ளது. நகைச்சுவையோடு கதைகள் கூறுவார். சுந்தர ராமசாமியோட 'புளியமரத்தின் கதை' பிடிக்கும். 'பள்ளிகொண்டபுரமும்' எனக்கு மிகவும் பிடித்தது. ஜானகிராமனோட 'அம்மா வந்தாள்' கதை படித்திருக்கிறேன். பாவண்ணனோட 'பாய்மரக்கப்பல்' ரொம்பப் பிடித்தமானது.

உங்களுக்கு ஷைத்தான் பற்றிய நம்பிக்கை உண்டா? அதைக்குறித்து நீங்கள் படைப்புகளில் அதிகமாகக் கையாள்வதற்கான காரணம் என்ன?

என்னால் முழுமையாக இல்லை என்று கூறிட முடியாது. ஒருமுறை பெண்ணொருத்தி தடிமனான இரும்புக் கம்பி ஒன்றைத் தனது இரு கரங்களால் அப்படியே வளைத்தாள். இந்நிகழ்வு காண்பவரை வியப்படையச் செய்ததோடு அவளிடம் தீயசக்தி குடிகொண்டுள்ளது என்றும் கருதப்பட்டது. அவ்விடத்தில் நானும் ஒரு சாதாரண இஸ்லாமிய மனிதனின் உணர்வில்தான் நின்று கொண்டிருந்தேன்.

தோப்பில் முகம்மது மீரானின் மனைவி 'ஜலீலா'வுடன் முனைவர் இர.பிரபா நேர்காணல்

உங்கள் கணவரிடம் உங்களுக்குப் பிடித்தமான குணாதிசயங்கள் என்ன?

எல்லாக் குணமும் பிடித்தமானது. அதுல அவருடைய மன தைரியம் ரொம்ப பிடிக்கும். ஒருமுறை அவர் திருவனந்தபுரம் சென்றிருந்தபோது பக்கவாதம் *(Stroke)* வந்துவிட்டது. எங்களிடம் தெரியப்படுத்தவே இல்லை. இரண்டு நாட்களில் வீடு வருவேன் என்று சொல்லியவர் மூன்று, நான்கு நாட்கள் ஆகியும் வரவேயில்லை. இது எனக்கு மன சஞ்சலத்தை ஏற்படுத்தியது. மிகுந்த குழப்பத்தோடு என் மகன்களிடம் கேட்டபோது "வந்துவிடுவார் வாப்பா. கவலைப்படவேண்டாம்" என்று கூறினார்கள். ஆனால், மனம் மிகவும் குழப்பத்திலேயே இருந்தது. பிறகு நான் எப்படியாவது அவரிடம் பேசித்தான் ஆகவேண்டும் என்று கேட்டபோது அவருக்குப் பக்கவாதம் வந்த விசயத்தை மகன்கள் என்னிடம் தெரியப்படுத்தினார்கள். பிறகு நாங்கள் எல்லாரும் திருவனந்தபுரம் சென்றிருந்தோம். அவர் தங்கை வீட்டில் இருந்தே ட்ரீட்மெண்ட் எடுத்துக்கொண்டிருந்தார். அக்காவின் மகன் டாக்டராக இருந்தான். அவனிடமே ட்ரீட்மெண்ட் பாத்துகிட்டு இருந்தாரு. பிறகு வீட்டுக்கு அழைச்சிட்டு வந்துவிட்டோம். ஒரு வாரத்துக்குள்ள மீண்டும் ரெண்டாவது முறை பக்கவாதம் வந்துவிட்டது. இடது புறமாக உள்ள கை, கால் வாய் எல்லாமே இழுத்துக்கொண்டது. அதைப் பார்த்துவிட்ட நான் அழுது ஆர்ப்பாட்டம் செய்துவிட்டேன். அப்போது அவர் என்னைப் பக்கத்தில் அழைத்து "ஒன்னுமில்லை. தைரியமாக இரு" என்று சைகையிலேயே சொன்னார். கடுமையான மருத்துவ சிகிச்சைக்குப் பிறகு அவருடைய விடா முயற்சியினால் பக்கவாதத்திலிருந்து மீண்டு எழுந்தார். அவர் மன தைரியத்தோடு இருந்ததால் மட்டுமே அந்நோயிலிருந்து மீண்டு எழமுடிந்தது. இந்த மன தைரியம்தான் அவரிடம் எனக்குப் பிடித்தது.

உங்களுக்கு எப்படிப்பட்ட வசதி வாய்ப்புகள் இருந்தது?

என்னுடைய வாழ்வில் போதுமான மகிழ்வும் சந்தோசமுமே நிறைவான வாழ்வை எனக்குப் பெற்றுத் தந்தது. இதுவே எனக்குக் கிடைத்த வசதி வாய்ப்புகளாக நினைக்கின்றேன்.

தோப்பில் முகம்மது மீரானுடன் நீங்கள் செய்த ஊர் பயணம் பற்றி சொல்லுங்கள்?

டெல்லி, காஷ்மீர், ஊட்டி இதுபோன்ற இன்னும் பல்வேறு இடங்களுக்கு. இவர் எங்குச் செல்வாரோ அந்த இடங்களுக்கு என்னையும் அழைத்துச் செல்வார். பெரும்பான்மையான இடங்கள் எல்லாமே அவருடன் சென்று பார்த்திருக்கிறேன்.

சாகித்திய அகாதெமி விருது வாங்கிட நேரில் சென்றீர்களா? அந்த அனுபவம் பற்றிக் கூறுங்கள்?

நான் வருந்திய விஷயம் அதுதான். ஊருக்குச் செல்லலாம் என்று நினைத்து என் தாயிடம் வெளிப்படுத்தினேன். அந்தச் சமயத்தில் எதிர்பாராத விதமாக எனது தாய்க்குப் பக்கவாதம் வந்துவிட்டது. அதனால் அவருடன் செல்ல இயலவில்லை. என்னுடைய இளைய மகன்தான் அவருடன் அந்த விருதினை வாங்கச் சென்றிருந்தான்.

வீட்டில் ஒரு மனைவியாக உங்களுக்குக் கிடைத்த அங்கீரமாக நீங்கள் கருதுவது?

எனக்கு அவர் எல்லாவிதமான பொறுப்பையும் கொடுத்திருந்தார். அவரை ஒருபோதும் எழுதவேண்டாம் என்று நான் சொன்னதேயில்லை. ஒருசில வீடுகளில் மனைவிகள் கணவன்மார்களிடம் அதைச் செய்யாதே இதைச் செய்யாதே என்று சண்டை போட்டுக்கொண்டே இருப்பார்கள். அந்த மனைவிமார்கள் தடுப்பதைப் போல நான் அவரைத் தடுத்ததே இல்லை. இரவு முழுவதும் அவர் எழுதிக்கொண்டே இருப்பார். அவருடன் நானும் விழித்துக்கொண்டு அவருக்குக் கட்டச்சாயா போட்டுக் கொடுப்பேன். நானும் விழித்துக்கொண்டே இருப்பேன். இந்த அன்பை அவர் உணர்ந்திருந்தார். அவரது பல பேட்டிகளில் நண்பர்களிடம் இதைப் பற்றிப் பதிவு செய்திருக்கிறார். எனவே இதுபோன்ற விஷயங்களை எல்லாம் எனக்குக் கிடைத்த அங்கீகாரமாகவே நான் கருதுகிறேன்.

அவர் எழுத்தாளர் என்பதை நீங்கள் எப்போது அறிந்துகொண்டீர்கள்?

எனக்குத் திருமணம் நிச்சயிக்கப்பட்டது 19 வயதில்தான். அப்போதே அவர் கதை ஒன்றை எழுதியிருப்பதாக உறவினப் பெண்ணொருத்தி, "உன் மாப்பிள்ளை கதை எழுத்துக்காரன் என்பது உனக்குத் தெரியுமா?" என்று என் காதில் கிசுகிசுத்தாள். எனக்கு அது மிகவும் பிடித்திருந்தது. மகிழ்ச்சியடைந்தேன். ஆனால் யாரிடமும் வெளிப்படுத்தவில்லை.

தோப்பில் முகம்மது மீரானின் நிறைவேறாத ஆசை என்றால் நீங்கள் எதனைக் கூறுவீர்கள்?

"ஹஜ் பயணம் மேற்கொள்ள அவருக்கு ஆசை இருந்தது. அதற்காக ஒரு லட்சம் பணத்தை வங்கியில் போட்டு வச்சிருந்தாரு. அந்தப் பணத்தை நீ எதுக்காகவும் எடுக்கக்கூடாது என்று என்னிடம் சொன்னாரு. நானும் வேற எதுக்காகவும் அந்தப் பணத்த தொடவேயில்ல. கடைசிவரைக்கும் அவரால போகமுடியாமலேயே போச்சி. என் மனம் அத நெனச்சி நெனச்சி வருந்துது. ஆனா அவரு ஆசைப்பட்டதை நான் கண்டிப்பா நிறைவேற்றுவேன். அவருக்குப் பதிலா நான் ஹஜ் பயணம் போயிட்டு வருவேன். இப்ப நான், நாலு மாசம் பத்து நாளு எங்கேயும் போகக்கூடாது. வெளிய வரக்கூடாது. வானத்தைப் பாக்கக்கூடாது. பிற ஆடவர்களைப் பாக்கக்கூடாது. இந்தச் சடங்கெல்லாம் முடிந்தவுடன் கண்டிப்பாக நான் ஹஜ்க்குப் போய்ட்டு வருவேன். என்னுடன் அவரும் வருவார் என்று நம்புகிறேன்" என்று கூறும்போதே கண்கலங்கினார்.

இந்த ஆசை அவருக்குத் தோன்றியது எப்போது?

இரண்டு ஆண்டுகளுக்கு முன்புதான் தோன்றியது. அதுவரை அதைப் பற்றி அவர் சிந்திச்சதே இல்ல.

உற்றார் உறவினர்களோடு மீரான் அய்யாவுக்கு இருந்த உறவுநிலை குறித்துக் கூறுங்கள்?

அவர் மிகவும் அன்பானவர். யாரையும் வெறுக்கத் தெரியாதவர். எங்களுடைய தனிமையும், அமைதியும் நாங்கள் யாரையுமே வெறுத்ததில்ல. அன்போட ஆழத்த அதன் புனிதத்த உணர்ந்தவர் அவர். அதனால் எப்போதும் அவர் எல்லாரிடமும் அன்பாகவே நடந்துகொள்வார். உறவினர்களால் அவருக்குக் கிடைத்த ஆதரவு ரொம்ப குறைவுதான். ஆனால், அவர் யாரையுமே எதிர்பார்த்து வாழல. யாரையுமே வெறுக்கல.

உடல்நிலை சரியில்லாத தருணத்தில் உறவினர்களின் மனநிலை எப்படி இருந்தது?

அவர் உடல்நிலை சரியில்லாதபோது திருவனந்தபுரம் கேன்சர் மருத்துவமனையில் சேர்த்திருந்தோம். அப்போது அவருடைய உறவினர்கள் சிலர் கடமைக்காக வந்து பார்த்துவிட்டு, "எங்களுக்குத் தோதா வசதியா பக்கத்திலேயே இருக்குறமாதிரி கிங்ஸ் ஆஸ்பத்திரியில சேர்த்திருக்கக் கூடாதா" என்று கேட்டார்கள். அது எனக்கு ரொம்ப கஷ்டத்தைத் தந்துச்சி. ராப்பகலா நானும், அவருடைய தங்கச்சியும் மாத்தி மாத்தி பாத்துக்கிட்டோம். வேற யாரும் வந்து ஒருநாள்கூட தங்கல. ஆனா அதுல அவருடைய தங்கையின் மகன் ரசாக் மட்டும் ஒத்தாசையா இருந்தான். பைக்குல வச்சி ஒரு மணிநேரம் மருத்துவமனையிலிருந்து வீட்டுக்குக் கூட்டிட்டுப் போவான். அவனுடைய பையனைத் திரும்பவும் பள்ளிக்கூடத்துக்குக் கூட்டிட்டுப் போவான். ஒரு நாளைக்குக் கொறஞ்சது நாலு அல்லது அஞ்சுமணி நேரமாவது இங்கியும் அங்கியுமா அலைஞ்சான். அந்த அன்பைக் கண்டு நாங்கள் எல்லாம் வியந்து போனோம். மற்றபடி எல்லா சகோதரர்களும் அவரிடம் அன்பாதான் இருப்பாங்க. அதில் ரசாக் மட்டும் அவருடைய மனதிலும், எங்களுடைய மனதிலும் தனியிடம் பெற்றுவிட்டான்.

மறக்கமுடியாத காயங்கள் ஏதேனும் உண்டா?

என்னுடைய இரண்டாவது பையன் நிசாத் அகமது, அவர் இறக்கப் போகின்ற தருவாயில் பாக்க முடியல. கேன்சர் இருந்தபோது அவன் இடையில் ஒரு மாதத்திற்கு முன்பு வந்து பார்த்துவிட்டுத்தான் சென்றான். ட்ரீட்மெண்ட் சரியாக நடந்துகொண்டிருந்ததால் அவர் பிழைத்துவிடுவார் என்றே நாங்கள் எல்லோரும் நம்பியிருந்தோம். அதனால அவர் சீரியஸா இருந்தபோது தெரியபடுத்தினோம். அவன் இந்தியாவிற்கு வருவதற்கு முன்பாக மருத்துவமனையில் சீரியசாக இருந்த இவர் சரியாகிவிட்டதைப் போல குணமடைந்தவர்போல காணப்பட்டார். அதனால அவனை வரவேண்டாம் என்று சொல்லிவிட்டோம். சின்ன மருமகளும், பேரக் குழந்தையும் இரண்டரை வருடமாக பார்க்கவே இல்லை. ஆனா ரொம்ப சீரியஸ்னு தெரிஞ்சவுடனேயே என்பெரிய மருமக விசயத்தை அவனுக்குத் தெரியப்படுத்துனா. அவன் ஃபிளைட்டுல ஏறிய கொஞ்ச நேரத்துலேயே வாட்சப்புல அவர் இறந்துவிட்டார் என்ற செய்தியைப் பார்த்திருக்கிறான். நெஞ்சுடைந்து அழுதிருக்கிறான். வீட்டுக்கு வந்தவுடனேயே எதுவுமே பேசாமல் முழிச்சுக்கிட்டு நின்னுட்டிருந்தான். நாங்க எல்லாருமே பயந்துட்டோம். கொஞ்ச

நேரத்துல அவன் அழுத அழுக எங்க எல்லாருக்கும் ரொம்ப வலியையும், காயத்தையும் ஏற்படுத்தியது. பெரிய மகன் அப்பா சீரியசா இருக்காருனு சொல்லிட்டா தம்பி தாங்கிக்க மாட்டான்னு, அவருக்குச் சரியாகும் வரை மறைச்சி வச்சிடலாம்னு நெனச்சான். கடைசியில தன் தம்பி அப்பாவின் முகத்தை உயிரோட இருக்கும்போதே பார்க்கவிடாம நான் செஞ்சிட்டோமோன்னு மனம் வருந்துகிறான். அது அவனுக்கும் எங்களுக்கும் காலம் முழுக்க மறக்கமுடியாத வருத்தமா மாறிப்போச்சி.

ஒரு மனைவியாக அவர் உங்களுக்குக் கொடுத்த உரிமைகள் பற்றிக் கூறுங்களேன்?

அவருக்குச் சமமாகவே என்னைப் பாவித்தார். எனக்குப் பிடித்தவை எதற்குமே தடை சொன்னதில்லை. எனக்குப் பிடித்த முக அலங்காரம் செய்துகொள்வதில்கூட சுதந்திரம் கொடுத்தார். வெளி ஊருக்குச் செல்லும் இடங்களுக்கு எல்லாம் அழைத்துக்கொண்டு போவார். அந்தளவிற்கு எல்லா உரிமைகளையும் எனக்கு அவர் அளித்திருந்தார்.

இலக்கியவாதியின் மனைவியாக இருந்ததில் உள்ள மகிழ்ச்சியைப் பற்றிக் கூறுங்களேன்?

ரொம்பப் பெருமிதமாக இருக்கிறது. வெளியே எங்குச் சென்றாலும் பஸ்சிலோ ட்ரைனிலோ நேரம் போகவில்லை என்றால், என் பக்கத்தில் உள்ளவர்களிடத்தே, "இவர் யார் தெரியுமா? இவர் பெரிய எழுத்தாளர். இவர் நிறைய நாவல்கள் எழுதியிருக்கிறார். நிறைய விருதுகள் வாங்கியிருக்கிறார்" என்று வலுக்கட்டாயமாக நானே பேசுவேன். இதுபோன்ற விசயங்களை அவர் ஒருபோதும் விரும்பியதில்லை. எப்போதும் எளிமையாகவே காணப்படுவார். நான் சொல்ல கேட்டவர்கள், அவரிடம் சென்று ஆர்வமாகப் பேசுவார்கள். இது எனக்கு ரொம்ப பிடிக்கும். ஏனென்றால் கல்வியின் மீது எனக்கு மிகுந்த ஈடுபாடு இருந்தது. அந்தக் காலத்தில் எட்டாம் வகுப்புவரை படித்திருக்கிறேன். அதனால் இவருடைய அந்த எழுத்தானது நானே படித்தது போன்ற ஓர் உணர்வை ஏற்படுத்தும். எல்லா நூல்களையும் வாசித்திருக்கிறேன்.

மூத்த மகன் 'ஷமீம் அகமது'வுடன்
முனைவர் இர.பிரபா நேர்காணல்

16.05.2019

தங்கள் தந்தையை ஓர் இலக்கியவாதியாக எப்போது உணர்ந்தீர்கள்?

என் தந்தை தோப்பில் முகம்மது மீரான் ஓர் இலக்கியவாதியென நான் அறிந்து கொண்டது என்னோட பள்ளிப்பருவம் - எட்டாம் வகுப்பில்தான். அதுவொரு சுவாரஸ்யமான நிகழ்வு. ஒருநாள் எனது தமிழாசிரியர் வகுப்பறையில் வந்து இங்கு ஏதோ ஒரு மாணவனின் தந்தை எழுத்தாளராமே? அது யார் என்று எங்களிடம் கேட்டார். அதற்கு யாருமே பதிலளிக்கவில்லை. நானும்கூட எழுந்திருக்கவில்லை. காரணம் நான் அறிந்திருக்கவே இல்லை என் தந்தை ஓர் எழுத்தாளரென்று.

மறுநாள் அதே தமிழாசிரியர் என் பெயரைச் சொல்லி ஷமிம் எழுந்திரு. "உன்னுடைய தந்தைதான் அந்த எழுத்தாளராமே? நீ எதற்கு நேற்று எழுந்திருக்கவில்லை" என்றார். அதற்கு நான் அளித்த பதில் அவருக்கு வியப்பாகவே இருந்தது. நான் சொன்னேன் "அவர் ஏதோ எழுதிக் கொண்டிருப்பார். ஆனால் என்ன எழுதுகிறாரென்று தெரியாது. நாங்கள் தூங்கிய பின்புதான் நிறைய நேரம் எழுதுவார். நான் நினைத்தேன். அவருடைய கடைக்கணக்குகளை எழுதுகிறார் என்று. நாளை கேட்டு வருகிறேன் சார்" என்றே சொன்னேன்.

அதேபோல் என் அப்பாவிடத்தில் சென்று கேட்டேன். நீங்கள் இலக்கியவாதியா? அதற்கு அவர் சரியான பதிலை அளிக்கவில்லை. மீண்டும் அடுத்த நாள் தமிழாசிரியர் "உன் தந்தை எழுதிய ஏதாவதொரு புஸ்தகம் எனக்குக் கொண்டுவா" என்றார். நான் அப்பாவிடம் கேட்டபொழுது "காசு வாங்கி வா, ஓசியில எல்லாம் இங்க புத்தகம் இல்லை" என்று பதிலளித்துவிட்டார். நான் மிகப்பெரிய குழப்பத்தில் எப்படித் தமிழாசிரியரிடம் காசு வாங்குவது? கேட்டால் என்ன நினைப்பார் என்று அறியாது ஒரே

குழப்பத்தில் இருந்ததால் அன்று முதல் தமிழாசிரியரை நேருக்கு நேர் சந்திப்பதைத் தவிர்த்து வந்தேன். அவர் வகுப்பறையில் வரும்பொழுதும் தலை குனிந்தே உட்கார்ந்திருப்பேன். ஒருநாள் அவர் மீண்டும் என்னிடத்தில் வந்து, "நான் அன்று கேட்ட அந்த புக்கு இதுவர நீ கொண்டு வரலயே" என்றார். நான் சொன்னேன், "என் தந்தை வெளியூர் போயிருக்கிறார். அவரு நாளை அல்லது மறுநாள்தான் வருவார். வரும்போது கொண்டு வருகிறேன்" என்று பொய் சொன்னேன். உடனே அம்மாவிடம் வந்து எனக்கு எப்படியாவது அப்பா எழுதிய புத்தகம் வேணும் என்றேன். அம்மாவும் செய்வதறியாது தந்தையிடமிருந்து ஒரு புத்தகத்தை எடுத்து என்னிடம் தந்தார். அதுவொருவகை திருட்டுதான். தந்தையை அறியாமல் நான் அந்தப் புத்தகத்தை எடுத்துத் தமிழாசிரியரிடம் கொண்டு கொடுத்தேன். இரண்டு திவசம் அல்லது மூன்று திவசம் கழிந்து தமிழாசிரியர் என்னிடம், "உன் தந்தை என்ன படித்திருக்கிறார்? அவர் பேராசிரியரா? இல்லை, ஏதாகிலும் பள்ளியில் வேலை செய்கிறாரா?" என்று கேட்டார். நான் கூறினேன், "இல்லை சார். அவரொரு சாதாரண வியாபாரி. மிளகாய் வற்றல் வியாபாரம் செய்துகொண்டிருக்கிறார். மற்றபடி எனக்குத் தெரியாது" என்றேன். "இல்லை; ஒரு பேராசிரியராலோ, தமிழ் கற்றறிந்தவராலோ மட்டுமே அந்த அளவிற்குத் தத்ரூபமாக எழுதமுடியும். அதில் ஒரு இடத்தில் ஒருத்தருக்குப் பசி எடுக்கிறது. அந்தப் பசியை அவர் புத்தகத்தில் சொல்கின்ற விதம் 'பசி வயிற்றுக்குள் சண்டமேளம் அடித்தது' போன்றதொரு உவமையைப் பயன்படுத்தியிருக்கிறார். சண்டமேளம் என்பது திருவிழா காலங்களில் மிக ஒலி எழுப்பக்கூடிய ஒரு வகை மேளம். அப்போ ஒரு மனிதனுடைய பசி எந்த அளவிற்குப் பசித்திருக்கிறதோ அதை உணர்த்துவதற்காகச் சண்டமேளத்தை ஒப்பாக்கிக் கூறியிருக்கும் விதம் அற்புதம்" என்று கூறிவிட்டுச் சென்றார். இதைக் கேட்டபிறகு என் மனதில் சலசலப்பு ஏற்பட்டது. எப்படி நம் தந்தையால் இவ்வளவு அழகாக எழுதமுடியும்? அந்தப் புத்தகத்தில் என்னதான் இருக்கிறது? எனது தமிழாசிரியர் அதுமட்டுமல்லாது பல காரியங்களைக் கூட்டிக் காண்பித்தார். அப்பொழுதுதான் எனக்குள் ஓர் ஆர்வம் பிறந்தது. எப்படியாவது அதைப் பிடிக்கவேண்டுமென்று விற்காத பல புத்தகக் குவியலில் ஒன்றை உருவி எடுத்துப் படிக்கத் துவங்கினேன். 'ஒரு கடலோர கிராமத்தின் கதை' மிக அற்புதமான நாவல் அது. அதன் சுவாரஸ்யம் அதை வாசிக்கும்போது என்னைக் கொண்டு சென்ற விதம் பள்ளிப்பருவத்திலிருந்தே தமிழ் படித்ததால் அவர் சொல்ல வந்த கருத்துகள் எல்லாம் புரிந்துகொள்ள வசதியாக

இருந்தது. அந்த வயதில்தான் என் தந்தையை மிகச் சிறந்ததொரு இலக்கியவாதியாக நான் உணர்ந்தேன்.

தோப்பில் முகம்மது மீரானுடைய படைப்புகளை நீங்கள் வாசித்திருக்கிறீர்களா? வாசித்திருந்தால், அவருடைய படைப்புகளில் உங்களுக்குப் பிடித்தது எது? ஏன்?

அப்பாவினுடைய சிறுகதைகள், நாவல்கள், கட்டுரைகள் அனைத்தையும் நான் வாசித்திருக்கிறேன். எனக்கு மிகவும் பிடித்தவை 'ஒரு கடலோர கிராமத்தின் கதை', 'சாய்வு நாற்காலி' ஆகிய இருநாவல்கள். அதுபோல் ஒரு சிறுகதை மரணத்தைக் குறித்தும் மரணத்திற்குப் பின் அவன் கேட்கும் ஒலிகள் குறித்தும், அவனைச் சுற்றி இருப்பவர்களின் பேச்சுகளைக் குறித்தும் எந்தவொரு பேச்சிற்கும் பதிலளிக்க முடியாமல் அந்த மரணித்த உடல் மண்ணறையில் படும் வேதனையை மிக அற்புதமாக அவர் 'மீஸான் கற்கள்' என்ற சிறுகதைத் தொகுப்பில் பதிவு செய்திருப்பார். அவருடைய கடைசி நாவலாகிய குடியேற்றத்தைத் தற்பொழுது நான் படித்துக் கொண்டிருக்கிறேன்.

அவருடைய எழுத்துக்கள் எனக்கு ஏன் பிடிக்குமென்றால் நான் அவருடைய எல்லாப் படைப்புகளையும் ஒரு மகனாக மட்டுமே பார்க்கவில்லை. ஒரு வாசகனாகத்தான் வாசித்தேன். மிக மகிழ்ச்சியோடு எனக்கும் என் தம்பிக்கும் எல்லா சமயமும் புத்தகங்கள் வரும்போது எங்களுக்குப் பரிசாகத் தருவார். அதைப் பொக்கிஷம்போல வாசித்து முடிப்போம். எங்களுடைய விமர்சனங்களைப் பற்றி அவர் ஒருபோதும் கேட்டது கிடையாது. நாங்களும் அவரிடம் எதுவும் கூறியது இல்லை. ஆனால் மிக ரசிப்போம். அவர் எழுதிய நாவல்கள், அதிலுள்ள எழுத்து நடை எங்களை இரசிக்கும்படி செய்தது. என்னை மிகவும் கவர்ந்தது. அவர் பேசக்கூடிய தேங்காய்ப்பட்டணம் மொழி மிக அழகாக, ஆழமான கலச்சாரபாணியில் மண்ணின் மணத்தோடு வெளிப்படும். அவருடைய எல்லா நாவல்களிலும், கதைகளிலும் நாங்கள் பழக்கப்படாத, வாசித்திராத அந்தத் தேங்காய்ப்பட்டணம் வரும். சிறுவயதிலேயே தேங்காய்ப்பட்டணத்திலிருந்து திருநெல்வேலிக்குக் குடிப்பெயர்ந்தோம். எங்களுக்குத் திருநெல்வேலி பாஷைதான் மிகப் பரிச்சயமானது. அப்படிப்பட்ட சமயத்தில் எங்கள் தேங்காய்ப்பட்டணத்தின் பாஷை அவர் தன்னுடைய நாவல்களில் கொண்டு வரும்போது அது பெரிதும் எங்களை ஈர்க்கவே செய்தது. அந்த மக்களின் மனம், கலாச்சாரம், மண்ணின் தன்மை, மொழி, அவர்களுடைய வாழ்க்கை நடைமுறைகள் அப்படியே எங்கள்

கண்முன்பாகக் கொண்டுவந்து நிறுத்தியது போலவே இருக்கும். ஒரு வருடத்திற்கு இரண்டுமுறை நாங்கள் தேங்காய்ப்பட்டணம் போவோம். அங்கே ஒரு மாதம் உறவினர்கள் வீட்டில் தங்கி, கடலிற்குச் சென்று மீன் பிடிப்பதைப் பார்க்கச் செல்வோம். மீன் சந்தைக்குப் போவோம். இதெல்லாம் ஒரு வருடத்திற்கு நாங்கள் ஓரிருமுறை பார்க்கக்கூடிய அனைத்தையும் மிகத் தத்ரூபமாக எங்கள் கண்முன் கொண்டுவந்ததினால் அவர் எழுத்தின் மீது பெரும் ஈர்ப்பை உண்டாக்கியது. அவருடைய ஒரு எழுத்தில்கூட பொய் கண்டதில்லை. சத்தியம் மட்டுமே அவர் எழுதியதாக நாங்கள் உணருகிறோம். அதுதான் அவர் எழுத்துக்கள் மீது எங்களுக்கு ஈடுபாடு வரக் காரணமாக இருந்தது.

தோப்பிலைச் சந்திக்க அடிக்கடி வரும் இலக்கியவாதிகள் யார்? யார்?

என் தந்தையைப் பார்க்க பலரும் வருவார்கள். தமிழ் இலக்கியவாதிகளும், மலையாள இலக்கியவாதிகளும் வந்து போவார்கள். என் நியாபகம் தெரிந்தநாள் முதலாக அடிக்கடி வந்து செல்பவர் திரு.க.முகமது பாரூக். இவர் பேராசிரியர், எழுத்தாளர், சிறந்த விமர்சகர். தந்தையின் நீண்டகால நண்பர். தந்தையின் ஆரம்பகால எழுத்துலகில் அவர் மிகவும் உதவியாக இருந்துள்ளார். சில எழுத்துகளைத் தமிழாக்கம் செய்யவும், தமிழில் தந்தைக்கு மிக விரைவாக எழுதிக் கொடுக்கவும் அவர் பெரிதும் துணையாக இருந்தார். தந்தையின் நண்பனாக இருந்தவர் பின் உறவினராக ஆனார். அவருக்குப் பின் எனக்கு நினைவிற்கு வருவது கிருஷி. திரு. கிருஷி அவர்கள் தந்தையின் எல்லா எழுத்துக்களையும் படித்துவிட்டு சிறந்த விமர்சகராக இருந்தவர். அடிக்கடி வீட்டிற்குத் தந்தையைக் காணவந்து செல்பவர். பல இலக்கியம் சார்ந்த கருத்துக்களை விவாதிப்பார்கள். கிருஷி மாமா பலரையும் எங்கள் வீட்டிற்கு அழைத்து வருவார். சினிமாக்காரர்கள், இலக்கியவாதிகள், அதேபோல பத்திரிகைக்காரர்களும் வீட்டிற்கு வந்து போவதுண்டு. கேரளாவிலிருந்து மலையாள விமர்சகர்கள், வாசகர்கள், தந்தையின் புத்தகத்தை ஆய்வு செய்யும் ஆய்வு மாணவர்களும் அடிக்கடி வீட்டிற்கு வந்து போவார்கள். தந்தையின் இறுதிக் காலங்களில் மிக நெருக்கமாக ஆதரவாக இருந்தவர் திரு.தேவராஜன். ஓய்வு பெற்ற ஆசிரியர். டெல்லியில் இருக்கும்பொழுது தந்தையிடம் பழக்கமுடையவர். திருநெல்வேலி வந்த பிறகும் அவரது நட்பைத் தொடர்ந்தார். தினமும் எங்களது வீட்டிற்கு வருவார். அதிக தூரத்திலிருந்து பயணித்து பஸ்ஸில் வந்து தந்தையைக் கண்டுவிட்டுச் செல்வார். மிக நல்ல மனிதர். உதவி செய்யும் மனம் படைத்தவர்.

தந்தையின் இறுதிக் காலங்களில் மருத்துவமனைக்குக் கொண்டு செல்வதும், மருத்துவமனையில் அவருக்கு உதவி செய்வதுமாகப் பங்களித்தார். சிறந்த வாசிப்பும் விமர்சனப்பார்வையும் கொண்டவர். தந்தையின் நோயைப் பற்றி பேசாமல் கடைசி நேரத்தில்கூட தந்தையின் மனதிற்கு ஆறுதலாக இலக்கியத்தைப் பற்றியும் இலக்கியவாதிகளைப் பற்றியும் மட்டுமே பேசுவார். அவரின் வருகை தந்தைக்குப் புத்துணர்வையும் உற்சாகத்தையும் அளித்தது. அவர்தான் சிறந்த நண்பர் என் தந்தைக்கு.

அவருடைய கடைசி நாட்களை நினைவுகூர முடியுமா? கடைசி நாட்களில் அவர் என்ன பேசினார்?

என் தந்தையின் கடைசி நாட்களில் அதிகநேரம் அவரோடு செலவழிக்கும் பாக்கியம் எனக்குக் கிடைத்தது. அவர் மருத்துவமனைக்குச் செல்லும்பொழுது அவருக்கு உதவியாக இருந்தேன். அதனை என் பாக்கியமாகவே நான் கருதுகிறேன். ஒரு மகனாக இறுதி நாட்களுக்கான அனைத்துக் காரியங்களையும் அவருக்குச் செய்தேன். அந்த நேரங்களில் அவர் என்னிடம் அதிகம் பேசியது தன் ஊர் தேங்காய்ப்பட்டணத்தைப் பற்றியேதான். நாங்கள் வசித்துவந்த அந்த வீட்டினைப் பற்றியும்தான். பின்பு அவர் அதிகம் கவலைப்பட்டது நான் விடுமுறை எடுத்து வேலைக்குச் செல்லாமல் அவருடன் தங்கியதற்கு. அவர் இதை விரும்பவில்லை. நான் இப்பொழுது வெளிநாட்டில் வேலை பார்த்துவருகிறேன். அந்த வேதனையைப் பற்றி அவர் உணர்ந்திருந்ததினால் நான் விடுமுறை எடுத்து வந்தது அவருக்கு ஏதோ பாரமாகவே இருந்தது. வேலையில் ஏற்படுகின்ற துன்பங்கள், வியாபாரத்தில் முதலாளியின் முதலீடு, அதில் ஏதும் நஷ்டம் ஏற்பட்டுவிடக்கூடாதென்பதற்காக அடிக்கடி என்னுடன் கடிந்து கொண்டார். திரும்ப வேலைக்குப் போகும்படி கூறிக்கொண்டே இருந்தார்.

என்னை நான் பார்த்துக்கொள்கிறேன். அம்மா, உன் மனைவி, பேரப் பிள்ளைகள் எல்லாம் இருக்கிறார்கள் என்றார். அந்தச் சில நாட்களில் அவர் சிறு சிறு விஷயங்கள் மட்டுமே பேசினார். அவர் வாழ்ந்த வீடு, தேங்காய்ப்பட்டணம், தன்னுடைய சகோதர சகோதரிகள், அவருடைய உறவினர்கள், இதைப் பற்றியேதான் பேசிக்கொண்டிருந்தார். நான் அடிக்கடி அவருடன் இலக்கியத்தைப் பற்றி கேட்கும்போது அவர் பெரிதாக ஆர்வம் ஏதும் காண்பிக்கவில்லை. முதலில் சிகிச்சை எல்லாம் முடியட்டும். நான் அதற்குப் பிறகே படிக்கத் துவங்குவேன். இன்னும் நிறைய எழுதவேண்டும் என்று என்னிடத்தில் சொல்லிக்கொண்டிருந்தது என்

மனதில் ரீங்காரம் இட்டுக்கொண்டுதான் இருக்கிறது. அவர் அடிக்கடி சொல்லிக் கொண்டிருந்தது நான் திரும்பி வருவேன். இந்தச் சிகிச்சை எல்லாம் முடிந்து எழுத்தில் ஆர்வம் வரும். படிப்பில் ஆர்வம் வரும். அதுவரை நான் எதையும் தொடப்போவதில்லை என்று ஒதுக்கி வைத்திருந்தார். பலரும் அவரைச் சில நிகழ்ச்சிகளுக்குத் தொலைபேசியில் அழைத்தார்கள். அப்போதெல்லாம் அந்தத் தொலைபேசியில் அவருக்குப் பதிலாக நான் பதிலளித்து வந்தேன். அவர் இன்னும் இரண்டு மாதம் கழித்து வருவார், மூன்று மாதம் கழித்து வருவார். தற்போது மருத்துவச் சிகிச்சையில் உள்ளார் என்பேன். அப்போது அவர் குறுக்கிட்டு இல்ல இல்ல நான் வருவேன் நான் வருவேன்னு சொல்லு என்பார்.

நான் அவரிடம் சரி என்று சொல்லிவிட்டு அவர் பார்க்காத இடத்தில் சென்று அழைத்தவர்களிடம் இப்போது அவரால் ஒரு நிகழ்ச்சியிலும் கலந்துகொள்ள முடியாதென்ற என் வருத்தத்தைத் தெரிவிப்பேன். அழைப்பை மறுத்தும் வந்தேன்.

ஒரு குடும்பத் தலைவராக அவர் எப்படி நடந்துகொண்டார்? இலக்கியத்திற்கு அவர் முதன்மை அளித்தாரா? அல்லது குடும்பத்திற்கா?

எனது தந்தை நல்ல குடும்பத்தலைவர். அவர் எங்கள் குடும்பத்திற்கும் எங்களுக்கும் நல்ல பாடசாலையாக விளங்கினார். பல விஷயங்களை நாங்கள் அவரிடமிருந்தே கற்றுக்கொண்டோம். சிக்கனமாகச் செலவு செய்வது, தேவைக்குச் செலவு செய்வது, அனாவசியமாகப் பொருட்களை வாங்கிக் கூட்டாமல் இருப்பது, நேர்மையான விஷயங்கள் பேசுவது, உண்மையை மட்டுமே பேசுவது போன்றவை நாங்கள் அவரிடமிருந்தே கற்றறிந்தோம். மிகவும் எளிமையான மனிதர். எல்லோரையும் விரும்பி வீட்டிற்கு அழைப்பார். விருந்தோம்பலை விரும்புவார். பெண்களை பெரிதும் மதிக்கக்கூடியவர். அவர் வாழ்ந்த காலங்களில் பொருளாதாரம் வைத்து வாழும் பழக்கத்தைக் கொண்டிருந்தார். தன் வாழ்விற்காக வேண்டி அவர் கடன் வாங்கியதில்லை. அதற்கு அவசியமும் அவருக்கு ஏற்பட்டதில்லை. இதெல்லாம் நாங்கள் அவரிடமிருந்து கற்றுக்கொண்ட பாடங்கள். முந்தைய காலங்களில் குடும்பத்தோடுதான் செலவழித்தார். பின்னர் நானும் தம்பியும் வளர்ந்து நல்ல உத்தியோகத்திற்குச் செல்ல ஆரம்பித்ததில் இருந்து அவர் இலக்கியத்தில் நிறைய ஆர்வம் காண்பிக்கத் துவங்கினார். அதற்கு வேண்டி பெரும்பான்மையான நேரத்தைச் செலவு செய்தார். அவரைப் பார்த்திட நிறைய வாசகர்கள், ஆய்வு மாணவர்கள், அவரிடத்திலிருந்து படிப்பதற்காகக் கேரளாவிலிருந்து நிறைய

மாணவர்களெல்லாம் வீட்டிற்கு வரும்பொழுது இன்முகத்தோடே வரவேற்பார். அவர்களை வீட்டில் தங்கவைத்து எல்லா விஷயங்களையும் அவர்களுடன் பகிர்ந்துகொள்வார். பின்னாட்களில் அவர் இலக்கியத்திற்குத்தான் முக்கியத்துவம் கொடுத்தார்.

தோப்பிலின் நிறைவேறாத ஆசைகள் ஏதாவது உண்டா?

அவரது நிறைவேறாத ஆசை என்று கேட்கும்பொழுது எனக்குச் சட்டென நியாபகத்திற்கு வருவது என்னவென்றால், மருத்துவமனையில் இருக்கும்பொழுது நான் கூட இருந்த சமயம் என்னை அழைத்து வங்கியில் நான் கொஞ்சம் பணம் சேர்த்து வைத்திருக்கிறேன். எந்தக் காரணத்தைக் கொண்டும் அந்தப் பணத்தை நீங்கள் செலவழித்துவிடாதீர்கள்.

அது நான் ஹஜ் செய்வதற்காக வேண்டி என்று கூறும் பொழுதே கண்களில் இருந்து கண்ணீர் வழிந்தது. நான் அவரது கையைப் பிடித்துச் சொன்னேன். இல்லை வாப்பா, நான் அந்தப் பணத்தை யாரும் எடுக்கச் சம்மதிக்கமாட்டேன் என்று. எனக்குத் தெரிந்து அதுதான் அவருடைய நிறைவேறாத ஆசை என்றே நினைக்கிறேன்.

பத்திரிகைகள் படிப்பாரா? தற்காலச் சமூகம், அரசியல் குறித்து அவருடைய எண்ணம் என்னவாக இருந்தது?

அவர் பத்திரிகை வாசிக்கும் பழக்கம் உள்ளவர். காலையில் எழுந்தவுடன் தினசரியை முதலில் வாசிப்பார். அவருக்குப் பிடித்தது தலையங்கக் கட்டுரைகள். அவர் சுவாரஸ்யமான தலைப்புகள் ஒன்றையும் விரும்பி வாசிப்பதில்லை. அதை விட்டுச் சொல்வார். சில எழுத்தாளர்கள் அவர்களது கருத்துகளைப் பகிர்ந்து செல்வது, தலைவர்களின் கருத்துகள் போன்றவற்றை விரும்பி படிப்பார். அது எவ்வளவு நீளமாக இருந்தாலும் அதனை முழுமையாக வாசித்து முடிப்பார். நான் இவைகளைச் சிறுவயது முதலிருந்தே பார்த்துக் கொண்டிருக்கிறேன். இப்போது உள்ள சமூகத்தைக் குறித்தும் அரசியலைக் குறித்தும் அவருக்குப் பெரிய அபிப்பராயம் இருந்ததாக எனக்குத் தெரியவில்லை.

அவர் அடிக்கடி சொல்வது தற்கால அரசியல், அதன் சூழ்நிலை, அரசியலில் ஈடுபட்டுள்ள மனிதர்கள் தங்கள் சுயதேவைக்காக வேண்டி சமூகத்தை, சமூகத்தின் எண்ணத்தை அவர்கள் தங்கள் வயப்படுத்தித் தங்களுக்காகச் சில பிளவுகளை ஏற்படுத்தியுள்ளார்கள் என்று மிகவும் வருந்தியதுண்டு. இப்போது இருக்கும் அரசியல் குறித்து மிக வருந்தியதுண்டு. நேர்மைக் குறைவான அரசியல்

பலரிடத்தும் காண்பதைக் குறித்து வருத்தம் தெரிவித்திருக்கிறார். இப்போது உள்ள சமூகமும் மக்களும், அரசியல்வாதிகளும் வாக்குகள் கேட்டு அவர்கள் பின்னால் இருந்து மிகப் பெரிய பிளவுகளை ஏற்படுத்திவிடுவார்கள் என்றே அஞ்சினார்.

அவருடன் தாங்கள் கழித்த இனிமையான நாட்களை நினைவுகூர முடியுமா?

அவருடன் கழித்த இனிமையான நாட்கள் என்றதும் நான் அவருடன் மிகவும் நெருக்கமாக இருந்தது, கடைசி நாட்கள்தான். ஏகதேசம் இறப்பதற்கு முன்பாக இருந்த மூன்று மாதங்கள்தான். அவரை மருத்துவமனைக்கு அழைத்துச்செல்வதும், அவருக்குத் தேவையான பணிவிடைகளைச் செய்வதும் வீட்டிற்குக் கொண்டுவந்து தேவையான உதவிகளைச் செய்வதும், அவருக்கு நடைபயிற்சி கொடுப்பதும், அவருடைய தேவைகளுக்காகவேண்டி அவரை நடத்தி ஒவ்வொரு இடங்களுக்குக் கூட்டிச் செல்வதும் அதுவொரு மகனின் கடமையாக நான் மிக சந்தோஷமாகவே ஏற்றுக் கொண்டேன். நான் அவருக்குச் செய்த ஒவ்வொரு பணிவிடைகளைக் கண்டு அவர் மௌனமாக இரசித்தார். நான் அந்த சமயத்தில் என்ன சொன்னாலும் என்னுடைய சந்தோஷத்திற்காகவேண்டி அதை அப்படியே ஏற்று ஒரு சிறு குழந்தையைப்போல செய்வார். நான் அவருக்கு மருந்து கொடுக்கும்போதும், உடை மாற்றிவிடும்போதும் வேறு சில பணிவிடைகள் செய்யும்போதும், நான் அவரிடத்தில் என்னென்ன எதிர்பார்த்தேனோ, குழந்தையைப் போல அவர் எனக்கு இசைந்து செய்தார். அதை நானும் இரசித்தேன். எனக்கு அவருடன் நெருங்கிப் பழகும் வாய்ப்பாகவே இருந்தது. என் தந்தையுடன் இதுபோல் நெருங்கிப் பழகி, அன்பினைக் காண்பிக்க இதற்குமுன்னர் எந்தவொரு சந்தர்ப்பமும் எனக்குக் கிடைத்ததில்லை. அவரைத் தூரத்தில் இருந்தே பார்த்துப் பழகும் வாய்ப்பே இருந்ததாலோ என்னவோ கடவுள் கடைசி காலங்களில் அவருடன் என்னை நெருக்கமாக்கினார். ஒரு மகனின் கடமையாக நான் அதை அவருக்குச் செய்யும்போது மிகவும் இரசித்து அதேஅளவுக்கு இசைந்து அவர் நின்றதைப் பார்க்கையில் அவர் எனக்குக் குழந்தையாகவும் நான் அவருக்குத் தந்தையாகவும் இருந்த இனிமையான நாட்கள் என்று கண் கலங்கினார்.

இஸ்லாமியச் சமூக மக்களிடையே தோப்பில் முரண்பட்டாரா? இணைந்து சென்றாரா?

ஆரம்பக் காலத்தில் இஸ்லாமியச் சமூக மக்களிடத்தே வசிக்கும் தன்மை மிகக் குறைவாகவே காணப்பட்டது. என் தந்தை திரு.

தோப்பில் முகம்மது மீரானுடைய ஆரம்ப எழுத்துக் காலங்களில் அவருடைய புத்தகம் வாசிக்காமலேயே செவிவழிக்கேட்டு சில இஸ்லாமியர்கள் அவருக்கு எதிராகவும் அவருடைய எழுத்திற்கு எதிராகவும், எதிர்ப்புத் தெரிவித்ததை அவருடைய எழுத்துகளின் கருத்துகளுக்கு முரண்பட்டு எதிர்த்து நின்றனர். ஆனால் திரு.தோப்பில் முகம்மது மீரான் ஒருபோதும் இஸ்லாமியச் சமூகத்தினவருடன் முரண்பட்டவர் அல்லர். அவர் அந்தச் சமூகத்தில் ஒடுக்கப்பட்டவரை, அந்தச் சமூகத்தில் நடந்த சில கொடூரங்களை வெளிக் கொண்டுவந்தார். அதைவாசிக்கத் தொடங்கிய பின்னர் இஸ்லாமியச் சமூகத்தில் உள்ள ஆர்வலர்கள் பல விமர்சனங்களின்வழி சரி என ஆதரித்தனர். எல்லா எழுத்தாளர்களுக்கும் தத்தமது சமூகத்திலிருந்து எதிர்ப்புகள் வருவது போலவே அவருக்கும் எழுந்தது. பின்னர் அவரின் எழுத்துக்கள் தன் சமூகத்தைத் திருத்துவதற்கான ஒரு அடிகோளென்று மக்கள் வரவேற்றனர் என்பது எனது கருத்து.

இஸ்லாமியச் சட்டங்களும், அதன் சம்பிரதாயங்களும் அந்தக் கலாச்சாரமும் அதனோடே சேர்ந்தே அவர் பயணித்தார். அவர் இஸ்லாமியர்களுக்கு எதிரல்லர். இஸ்லாமிய மூட நம்பிக்கைகளையும் இஸ்லாம் மதத்தைக் கையிலெடுத்துத் தவறாகப் பயன்படுத்துபவர்களுக்கு மட்டுமே அவர் முரண்பட்டார்.

தோப்பில் பெயர் என்றென்றும் நிலைக்கும்படி செய்ய, உங்களிடம் ஏதேனும் திட்டம் உண்டா?

திரு.தோப்பில் முகம்மது மீரானின் பெயரைக் காப்பாத்துவது மகனாகிய என் முதல் கடமை. அவர் விரும்பியதுபோல நல்லவொரு படைப்பாளியாக, எழுத்தாளராக உருவாகவே நான் விரும்புகிறேன். என் தம்பியும் எழுதலாம். அவனும் நல்ல சிந்தனைவாதி. எனக்கு வட்டார வழக்குகள் மிகவும் பிடிக்கும். அவருடைய நடையழகு மிகவும் பிடித்தமானது. சில நேரங்களில் அப்பாவின் எழுத்து சாயல் என்னிடம் உள்ளதென்றே நினைக்கின்றேன். சிலவற்றை எழுதியும் வைத்துள்ளேன். நேரம் வரும்பொழுது அது பிரசுரிக்கப்படும். எனக்கொரு சிறிய ஆசை. தோப்பில் முகம்மது மீரானின் பெயரில் ஓர் அறக்கட்டளையைத் துவங்கி, தேவை உள்ளவர்களுக்கு உதவி செய்யவேண்டும். புதிதாக உருவாகின்ற எழுத்தாளர்களை ஊக்குவிக்கும்படி அந்த அறக்கட்டளையைச் செயல்படுத்த சில திட்டங்கள் வைத்துள்ளோம். நேரம் வரும்போது அதனைச் செயல்படுத்துவோம்.

மருமகள் ‘ஷமீமா ஃபாத்திமா’வுடன் முனைவர் இர.பிரபா நேர்காணல்

16.05.2019

உங்கள் மாமனாரிடம் உங்களுக்குப் பிடித்தது. நீங்கள் பார்த்து இரசித்த குணாதிசயங்கள், கற்றுக்கொண்ட பழக்கவழக்கங்கள் சிலவற்றைக் கூறவும்?

முதலில் நான் அவரை மாமனாராகப் பார்த்தது இல்லை. அவரை நாங்கள் அப்பாவாகத்தான் பார்த்திருக்கிறோம். மிகவும் அன்பானவர். எங்கள் இரண்டுபேரையும் மகளாகவே கருதியவர். அன்பு மிக்கவர். யாரையும் எடுத்தெறிந்து பேசத்தெரியாதவர். அவரது பொறுமையான குணமும், பக்குவமும் என்னை ஆட்கொண்டது. அப்பா எங்கள் அனைவருக்குமே முன்மாதிரியாகத்தான் காணப்படுகிறார்.

உங்கள் மாமனாரிடம் உங்களுக்குப் பிடித்த பண்பாக நீங்கள் கருதுவது?

அவர் அதிகமாக யாரிடமும் பேசவேமாட்டார். எந்தவொரு காரியமாக இருந்தாலும் அதனை உற்றுநோக்கி ஆய்ந்தறிந்து செயல்படுத்துவார். சிறிய காரியமாக இருந்தாலும் சரி, அது பெரிய காரியமாக இருந்தாலும் சரி. அவர் அதனை உற்றுநோக்கி மிக நிதானமாகவே செயல்படுத்துவது அவரது உயரிய பண்பாக நான் உணருகின்றேன்.

அவருக்குப் பிடித்தமான உணவுவகை எது?

மீன்தான் அவருக்குப் பிடித்தமான உணவுவகை. நான் திருமணமாகி வீட்டில் காலெடுத்து வைத்தநாள் முதலாக என் மாமனாரைப் பார்த்து வருகிறேன். அவர் உணவிற்கு மிகவும் முக்கியத்துவம் அளிப்பார். உணவு வகைகளில் அவருக்குப் பிடித்தமானதைத்தான் விரும்பி உண்பது வழக்கம். வீட்டிலுள்ள ஒவ்வொரு காரியமும் அவரது தீர்மானத்தின்படிதான் நடப்பது வழக்கம். உணவு வகையிலும் அப்படித்தான். அவருக்கு இன்னைக்கு

மீன் சாப்பாடு வேண்டுமென்றால் அந்த மீனின் பெயர் கூறி அதை வாங்கி வரச்சொல்லி, கொஞ்சம் புளிய தூக்கலா போடு. காரம் கொஞ்சம் குறவா இருக்கட்டே! என்று ஒவ்வொரு வேளைக்கான உணவினைப் பற்றி பட்டியலிட்டே உண்பது அவரது வழக்கம். மீனைச் சாப்பிட அவருக்கொரு கொள்ளைப் பிரியமாக இருந்தது. அதனை ரசித்து உண்பார். அவருக்குத் தேங்காய்ப்பட்டணத்தின் உணவுமுறைகளை அதன் ருசியை மாற்றிவிடாமல் என்னைச் சமைத்துக் கொடுத்திட பழகிக்கச் சொன்னார். நானும் அதற்காகவே சமைக்கப் பழகினேன். நான் சமைக்கும் முறை அவருக்குப் பிடிக்கும்.

அவருடைய பழக்கவழக்கங்களில் உங்களுக்குப் பிடித்த ஏதாவது உண்டா? ஏதாகிலும் இருந்தால் சொல்லும்படியாக உள்ளதா? கூறுங்களேன்.

ஆம். அவர் செய்யும் எந்தக் காரியமாக இருந்தாலும் அதிலொரு ஒழுங்குமுறை இருக்கவேண்டும் என்பார். ஏனோ தானோவென்று எதையும் செய்து முடிப்பது அவருக்குப் பிடிக்காத விஷயம். குறிப்பாக அவரைப் பற்றி ஒரு விஷயத்தைச் சுட்டிக் காண்பிக்க விரும்புகிறேன். அவருடைய வேலைகள் அனைத்தையும் அவரே செய்துகொள்வார். அவருடைய துணிகள் அனைத்தையும் அவரே துவைத்துக் கொள்வார். யார் துவைத்தாலும் அவருக்குப் பிடிக்காது. அவர் பெரும்பாலும் கேரளத்தில் பயன்படுத்தப்படும் வேஷ்டியையே பயன்படுத்துவார். அது பழுப்பு நிறமாக இருப்பதால் அதற்கேற்ற வண்ணத்திலான சோப்பினை வாங்கி வந்து துவைப்பார். இல்லை என்றால் துணி பாழாகிவிடும் என்பார். துணி துவைத்துப் பிழிவதற்கு ஒரு வித்தியாச முறையைப் பயன்படுத்துவார். கொடியில் ஆன்கரால் காயப்போட்டுவிட்டு, காலரை மடித்துவிடவேண்டும். சட்டையில் ஒரே ஒரு சுருக்கமும் இல்லாமல் பார்த்துப் பார்த்துக் காயவைப்பார். உடல்நிலை சரியில்லாத காலத்தில்தான் அவருடைய துணியைத் துவைக்க என்னை அனுமதித்தார். பேப்பர் படிப்பது போல நான் அவருடைய துணிகளை ஒழுங்காகத் துவைக்கிறேனா என்று ஓரக்கண்ணால் பார்த்துக்கொண்டே இருப்பார். ஒரு துணி பழசடைந்து கிழியும் வரை பயன்படுத்திவிட்டுதான் வேறொரு துணியை வாங்குவார்.

அவர் பெண்களுக்கு அளித்த முக்கியத்துவம் பற்றியும் எப்படிப்பட்ட பெண்கள் சமுதாயத்தில் உருவாகவேண்டும் என்பதைப் பற்றியும் உங்களிடம் ஏதாகிலும் பதிவு செய்திருக்கிறாரா?

ஆமாம். மாமாவிற்குப் பெண் பிள்ளைகள் என்றாலே தனியொரு பாசமிருக்கும். அவரது காலத்தில் அவருடன் பிறந்த

சகோதரிகள் படித்திடும் வாய்ப்பே கிடைக்கவில்லையாம். ஆதலால் எங்களுக்குப் படிப்பின் அவசியத்தைப் பற்றி சுட்டிக் காண்பிப்பார். பெண்களுக்குக் கிடைக்கவேண்டிய கல்வியின் அவசியத்தையும் அவரது படைப்புகளில் பரவலாகப் பதிவு செய்யப்பட்டிருக்கும். நாங்கள் இரண்டு மருமகள்கள் இரண்டுபேருமே படித்தவர்கள். எங்களுக்கான படிப்பின் அவசியத்தை மாமா நன்கு அறிந்திருந்தார். வீட்டில் எங்களுக்கான மாரியாதையையும் உறுதிச்செய்தார். இந்த வீட்டின் மருமகள் என்ற பெருமையைக் கூறிட என் மாமனார் எங்களுக்கொரு கௌரவத்தைக் கொடுத்திருக்கிறார்.

பெண் மிகத் தைரியமாக இருக்கவேண்டுமென்ற எண்ணத்தினைக் கொண்டிருந்தார். படிப்பறிவு பெற்றிருக்க வலியுறுத்தினார். தன்னம்பிக்கை உடையவர்களாக இருக்கவே விழைந்தார்.

இஸ்லாமியப் பெண்ணாக உங்களிடம் மதம் சார்ந்த கட்டுப்பாடு விதிமுறைகளை ஏதாகிலும் கடைபிடிக்க வற்புறுத்தப்பட்டதா?

இல்லவே இல்லை. பர்தா அணியும் பழக்கத்தை எங்கள் குடும்பத்தில் நாங்கள் பயன்படுத்துவதில்லை. துணியால் தலையை மறைத்து ஒழுங்குமுறையான ஆடையைப் பயன்படுத்தவே போதிக்கப்பட்டுள்ளோம்.

தனக்குக் கேன்சர் உள்ளது என்பது அவருக்கு முன்னமே தெரிந்திருந்ததா?

முதலில் அவருக்குத் தெரியாது. ரொம்பக் காய்ச்சலில் உடல் இளைத்துப் படுத்தப் படுக்கையாக ஆகிவிட்டார். என்னுடைய கணவருக்கு அது ஒரு சந்தேகத்தை ஏற்படுத்தியது. “வாப்பா இதுபோல படுத்துப் பாத்ததே இல்லியே. நான் ஊருக்குக் கிளம்புறதால நீ நாளைக்கு மருத்துவமனைக்குக் கூட்டிட்டுப்போய் ஒரு செக்கப் பண்ணிடு. இது போல அவரைப் பாத்ததே இல்லை” என்று கூறினார். அடுத்த நாள் திருநெல்வேலியில் உள்ள ஒரு மருத்துவமனைக்குக் கூட்டிட்டுப் போயிருந்தேன். பரிசோதித்த மருத்துவர்கள் அவருக்கு உடனே எல்லாவிதமான ஸ்கேனும் எடுக்கவேண்டும் என்று கூறினார்கள். நானும் எல்லாவித ஸ்கேனும் எடுத்தேன். ரிப்போர்ட்டில் கேன்சருக்கான அறிகுறிகள் இருப்பதாக மருத்துவர்கள் கூறினார்கள். மீண்டும் அடுத்தநாள் மருத்துவர்கள் இன்னொரு ஸ்கேன் எடுக்கக் கூறினார்கள். எடுத்தவுடன் முந்திய நாளைவிட அதிகமாகப் பரவியிருந்தது. உடனே திருவனந்தபுரத்திலுள்ள RCC க்குப் போகும்படி கூறினார்கள். எனக்கு என்ன செய்வதென்றே தெரியவில்லை. வேறு வழியின்றி அவரிடம் கூறினேன். “நாளை திருவனந்தபுரம் போகவேண்டும்“ என்றேன்.

"எதற்கு" என்றார். "RCC டெஸ்ட் எடுக்கப் போகவேண்டும்" என்றேன். ஆச்சரியத்தோடு "எதற்கு" என்றார்? "ஒரு சின்ன கேன்சர் அறிகுறி தென்படுவதாக மருத்துவர்கள் கூறினார்கள். அதை செக் பண்ண நாளைக்குப் போகவேண்டும்" என்று சொன்னேன். அதுவரை நன்றாகப் பேசிகொண்டிருந்தவர் "கேன்சர் சென்டருக்கா? கேன்சரா?" என்று முகம் வாட்டமடைந்தார். அந்தக் கணத்திலிருந்து அவருடைய முகத்தில் ஏற்கனவே இருந்த சந்தோசங்கள் அனைத்தும் மறைந்துபோனது போல நான் உணர்ந்தேன்.

தோப்பில் குறித்து இளையமகன் 'மிர்ஸாத் அகமது'வின் நினைவுப்பகிர்வு

16.05.2019

நான் கடைசியாக வாப்பாவைச் சந்தித்த பிப்ரவரி மாதம் வாப்பாவுக்கு உடல்நலம் சரியில்லை. மருத்துவமனைக்குக் கொண்டு செல்ல வேண்டும் என்று வெளிநாட்டில் இருந்து வந்தேன். வாப்பாவைச் சந்தித்து ஒன்றரை ஆண்டு ஆகிவிட்டது. இப்போது நிறைய மாற்றம். அந்தக் கம்பீர நடை, தோற்றம், பார்வை, பேச்சு எல்லாம் மறைந்து போயிருந்தது. எது கேட்டாலும் ஒரு வரி பதில். ஏதோ சிந்தனை. அந்தப் பத்து நாளும் வாப்பா கூடவே இருந்தேன். திருவனந்தபுரம் மருத்துவமனை கொண்டு சென்றோம். கூட வாப்பாவின் நண்பர் தேவராஜ் சார் மற்றும் என் மாமா. ஏழுநாள் முழுவதும் மருத்துவமனையில் இருந்துவிட்டு வீடு வந்தோம். மீண்டும் அதே மவுனம்.

நான் கல்லூரியில் படிச்சபோது வாப்பாவிடம் கேட்டேன். நானும் கதை எழுதவேண்டும் என்று. அதற்கு வாப்பா சொன்னது "உன்னுடைய வாழ்க்கை அனுபவம்தான் கதையாக மாறும். என்னுடைய கதையும் அப்படித்தான். அதைத் தாண்டி நான் எழுதியது இல்லை". வாப்பா நாவல்கள் எழுதிவைத்து அச்சிடாமல் நிறைய காத்து இருந்தது. சிறுகதைகள் எழுதிவைப்பது கிடையாது. யாராவது கேட்டால்தான் எழுதும். எப்போதும் புத்தகம் வாசித்துக்கொண்டே இருக்கும். தமிழ் மற்றும் மலையாளம் புத்தகம் வாசிக்கும். வீட்டில் உள்ளபோது, கடையில் உள்ளபோது மற்றும் எல்லா பயணங்களிலும் வாசிக்கும். காணும் அத்தனை மனிதர்களின் உள்ளங்களை வாசிக்கும். அதை எழுத்து வடிவமாக்கும். எளிமையாக இருக்கப் பிடிக்கும்.

சாகித்திய அகாடமி விருதுபெற நானும் வாப்பாவும் மட்டும் இரயிலில் டெல்லி சென்றிருந்தோம். எங்களுக்கு நட்சத்திர

விடுதியில் தங்க வசதி செய்திருந்தார்கள். வாப்பாவிற்கு அத்தனை பெரிய விடுதியில் தங்க விருப்பம் இல்லை. "சிறிய விடுதி கிடைக்குமா? குளிர்சாதன வசதி இல்லாத விடுதி" என்று அதன் அமைப்பாளரிடம் கேட்டது. அவர்கள் சொன்னார்கள், "எல்லாரும் ஒரே விடுதியில் இருந்தால் எங்களுக்கு வசதி" என்று. வாப்பா அரை மனதுடன் சம்மதித்தது. அந்த அறையில் வாப்பா சரியாக உறங்கவே இல்லை. விருது வாங்கிய அன்றே அந்த அறையைக் காலி செய்துவிட்டு சிறிய அறை எடுத்துத் தங்கினோம்.

வாப்பா மேடை பேச்சை முதல்முறை கேட்டது வாப்பாவுக்கு "அமுதன் அடிகள் விருது" கிடைத்தபோது. விழா நடைபெற்றது திருச்சியில் வைத்து. வாப்பாவின் எதார்த்தப் பேச்சு, நகைச்சுவைத் திறன் அனைவரையும் ரசிக்க வைத்தது. நானும் சிரித்தேன்.

வாப்பா கதை எழுதும்போது எங்களிடம் சொல்வது இல்லை. எழுதி முடித்துப் புத்தகத்தில் வரும்போதுதான் எங்களுக்குத் தெரியும். இரவெல்லாம் தூங்காம இருந்து எழுதும். எந்தச் சூழ்நிலையிலும் தொந்தரவாக கருதாது. "சாய்வு நாற்காலி" நாவல் எழுதிமுடிக்க கடைசி நான்கு அத்தியாயம் எழுத நிறைய யோசித்ததாகவும், அந்த இரவுகளில் தூக்கமே இல்லை என்றும் யாரிடமோ வாப்பா சொல்லக் கேட்டேன். எழுதிமுடித்த சில மாதங்களிலேயே நோய்வாய்ப்பட்டுப் படுக்கையில் ஆனது. அந்தத் தருணத்தில் நானும் வாப்பாவும் திருவனந்தபுரத்தில் இருந்தோம்.

மூன்றுமாத மருத்துவத்திற்குப் பிறகு வீடு சேர்ந்தோம். அதற்குப் பிறகு ஒரு வருடம் வாப்பா எங்குமே செல்லவில்லை. வியாபாரமும் செய்யவில்லை. வீட்டில் வறுமை தலைவிரித்தாடியது. அப்போது வாப்பாவின் ஒரு ரசிகர் ஜாபர்தீன் மலேசியாவில் இருந்து வாப்பாவை தொடர்புகொண்டு வாப்பாவிற்கு மருத்துவத்திற்காக ஒரு சிறு தொகையை அனுப்பி வைத்தார். அமுதன் அடிகள் மூலமாகவும் ஒருசிறு தொகை கிடைத்தது. இந்த இரண்டும் அந்தச் சமயம் பெரும் உதவியாக இருந்தது. அதன் பிறகுப் பத்து வருடம்மேல் ஆனது அடுத்த நாவல் எழுத. வாப்பா சாய்வு நாற்காலி நாவல் எழுதிமுடித்து வாப்பாவின் நண்பர் கிருசி அவர்களிடம் வாசிக்க கொடுத்தது. கிருசி மாமா வாசித்துவிட்டு இந்த வருடம் கண்டிப்பாக சாகித்திய அகாடமி விருது இந்த நாவலுக்குத்தான். இந்த நாவலுக்குக் கொடுக்கவில்லை என்றால் எந்த நாவலுக்கும் கொடுக்க முடியாது. மாமா கூறியது போல் 1997 ஆம் ஆண்டிற்கான சாகித்திய அகாடமி விருது வாப்பாவிற்குக் கிடைத்தது.

வாப்பாவின் ஏகபக்க பலம் நி.க.சிவசங்கரன் மாமா. வாப்பாவின் எல்லாக் கதைகளையும் முதலில் படிப்பது அவர்தான். நிறைய கதைகளுக்குத் தலைப்பு வைப்பதும் அவர்தான். தலைப்புச் சரியில்லை என்றால் அதை மாற்றச் சொல்லி அவரே ஒரு தலைப்பு வைப்பார். வாப்பாவின் நாவல் அஞ்சு வண்ணம் தெரு தலைப்பு மாமா வைத்தது. தினமும் கடையில் இருந்துவீடு வரும்போது இரவு சில மணிநேரம் மாமாவைப் பார்த்து இலக்கியங்களைப் பற்றி உரையாடி விட்டுதான் வரும்.

பிறருக்கு உதவும் தன்மை, ஒழுக்கம், சிக்கனம், எளிமை, விட்டுக் கொடுப்பது, மக்களையும் மண்ணையும் நேசிக்கும் தன்மை எல்லாம் வாப்பா எங்களுக்குக் கற்றுத் தந்தது. இயற்கையோடு மிகுந்த ஈடுபாடு உண்டு. வீட்டில் அனைத்து மரமும், செடியும் வாப்பா வைத்தது. எதையும் வெட்டக்கூடாது. வீட்டில் உள்ள மரங்களைப் பற்றியும் செடிகளைப் பற்றியும் கதை எழுதியதுண்டு.

வாப்பா கற்றுத் தந்த அனைத்து நல்ல பழக்கங்களையும் இனியுள்ள காலங்களிலும் பேணிக்காத்து வழிநடப்போம். வாப்பாவின் நினைவுகளோடும் அதே குழந்தைப் பருவத்தை நெஞ்சில் சுமந்து.